D1772113

கறி விருந்தும் கவுளி வெற்றிலையும்

சாதியினாற் சுட்ட வடு

கறி விருந்தும் கவுளி வெற்றிலையும்
சாதியினாற் சுட்ட வடு

திருக்குமரன் கணேசன் (பி. 1984)

தஞ்சாவூர் மாவட்டம் திருப்பனந்தாள் அருகே திருலோக்கி என்னும் சிற்றூரில் பிறந்தவர். சென்னை தரமணியில் உள்ள எம்.ஜி.ஆர். அரசு திரைப்படக் கல்லூரியில் இயக்கம் (D.F.Tech., Direction) பயின்று திரைப் படைப்பாக்க முயற்சியில் இருப்பவர். தமிழில் இளங்கலை, முதுகலை, ஆய்வியல் நிறைஞர் பட்டத்துடன் சமூகவியலிலும் முதுகலை பட்டம் பெற்றவர். தற்பொழுது, தஞ்சை தமிழ்ப் பல்கலைக்கழகத்தில் 'திரை மாற்றுத்திரைக் காட்சிப்படுத்தும் தமிழரும் அடையாள அரசியலும்' என்ற பொருண்மையில் முனைவர் பட்ட ஆய்வினையும் மேற்கொண்டு வருகிறார். இவரது முதல் கவிதைத் தொகுப்பு 'நிலவெறிக்கும் இரவுகளில்' 2007இல் வெளிவந்திருக்கிறது.

திருக்குமரன் கணேசன்

கறி விருந்தும் கவுளி வெற்றிலையும்
சாதியினாற் சுட்ட வடு

காலச்சுவடு பதிப்பகம்

அன்பார்ந்த வாசகருக்கு,

வணக்கம்.

காலச்சுவடு நூலை வாங்கியமைக்கு நன்றி.

நூலின் உள்ளடக்கம், உருவாக்கம், அட்டைப்படம் இன்ன பிற அம்சங்கள் பற்றிய உங்கள் கருத்துகளையும் ஆலோசனைகளையும் காலச்சுவடு வரவேற்கிறது. தகவல், எழுத்து, வாக்கியப் பிழைகள் தென்பட்டால் கட்டாயம் தெரிவித்து உதவுங்கள். நூல் தயாரிப்பில் கடும் குறைபாடு இருப்பின் மாற்றுப் பிரதி உங்களுக்குக் கிடைக்கக் காலச்சுவடு ஏற்பாடு செய்யும்.

மின்னஞ்சல்: publisher@kalachuvadu.com

காலச்சுவடு நாகர்கோவில் தலைமையகத்துக்கும் கடிதம் அனுப்பலாம்.

தங்கள்
எஸ்.ஆர். சுந்தரம் (கண்ணன்)
பதிப்பாளர் – நிர்வாக இயக்குநர்

கறி விருந்தும் கவுளி வெற்றிலையும் சாதியினாற் சுட்ட வடு ✳ தன்வரலாறு ✳ ஆசிரியர்: திருக்குமரன் கணேசன் ✳ © திருக்குமரன் கணேசன் ✳ முதல் பதிப்பு: ஆகஸ்ட் 2022 ✳ வெளியீடு: காலச்சுவடு, 669, கே.பி. சாலை, நாகர்கோவில் 629001

காலச்சுவடு பதிப்பக வெளியீடு: 1090

kaRi viruntum kavuli veRRilaiyum Saathiyinaar chutta vadu ✳ Autobiography ✳ Author: Thirukkumaran Ganesan ✳ © Thirukkumaran Ganesan ✳ Language: Tamil ✳ First Edition: August 2022 ✳ Size: Demy 1 x 8 ✳ Paper: 18.6 kg maplitho ✳ Pages: 136

Published by Kalachuvadu, 669, K.P. Road, Nagercoil 629001, India ✳ Phone: 91-4652-278525 ✳ e-mail: publications@kalachuvadu.com ✳ Printed at Mani Offset, Chennai 600077

ISBN: 978-93-5523-104-8

கன்னட தலித் எழுத்தாளர்
போற்றுதற்குரிய
அரவிந்த மாளகத்தி
அவர்களுக்கு...

பொருளடக்கம்

முன்னுரை: வலிக்கடத்த யத்தனிக்கிறேன்...	11
பாவம் அந்த கார்த்திகேயன்	17
நான்காவது ஆணி	21
முதல் மதிப்பெண்	24
இட ஒதுக்கீடு	27
இன்னும் ரெண்டு இனிப்புப் போண்டா	30
பாரதியின் அம்மா	34
குலசாமி கதை	39
விண்ணப்பப் படிவம்	43
சொற்களில் தெறிக்கும் வன்மம்	47
பறக்கடவுள்	52
கறி விருந்தும் கவுளி வெற்றிலையும்	56
இரண்டாம் ஏவாளின் சில குட்டிக் கதைகள்	60
அந்த அரபிக் கடலோரம்	67
பறச்சியின் கதை	72
ஆனந்த விகடனைக் கிழித்தெறிந்த அறை நண்பன்	75
வீரப் படையாச்சியும் விளையாட்டுப் பேச்சும்	79
கு.கோ. எனும் புரட்சி நெருப்பு	82
எல்லோரும் இசைஞானி ஆவதில்லை	86
காதலி(யி)ன் கடைசி ஆசை	90

தீண்டாமையின் கருவறுப்போம்	98
சாதி ஆணவம்	103
பா. இரஞ்சித்தும் இராஜராஜ சோழனின் ஒன்பதுசாதிப் பெயரன்களும்!	108
தோற்ற மயக்கம்	112
பறச்சேரி தலையாரி மொட்டையன்	116
அப்பாவிற்கு அடியாள் என்ற பெயரும் உண்டு	122
சாதிய வெறியைச் சவக்குழிக்குள் தள்ளிய தீக்குழி	129

முன்னுரை

வலிகடத்த யத்தனிக்கிறேன்...

'சாதியச் சமூகம் தந்த வலிகள்' என்ற ஒற்றைத் தொடரிலேயே முன்னுரையை நிறைவு செய்ய விழைகிறேன். பள்ளி நாட்களில் எனக்கு நாட்குறிப்பு எழுதும் பழக்கமில்லை. ஆனால் என்னைப் பாதிக்கும் சில முக்கிய நிகழ்வுகளைக் குறிப்பேடுகளில் எழுதிவைப்பது வழக்கம். அத்தோடு பாடப் புத்தகங்களையும், வாசிக்கும் நூல்களையும் பத்திரப்படுத்துவதோடு அவ்வப்போது அவற்றையெல்லாம் தூசுத்தட்டிப் பராமரித்தும் வருகிறேன். எனது சேகரிப்பில் வீட்டில் நூற்றுக்கணக்கான நூல்கள் உள்ளன. இத்தகைய வாசிப்பு பின்னாளில் என்னைச் சினிமாவை நோக்கித் தள்ளியது.

ஆரம்பத்தில் கவிதைகள் எழுதுவதில்தான் நாட்டமிருந்தது. திரைப்படக் கல்லூரி நாட்களுக்குப் பிறகு கதையெழுதுவதில் ஆர்வம் அதிகரித்தது. மனிதர்கள் மீன்களைப் போலக் கதைகளின் ஊடாகத்தான் வாழ்வில் நீந்திக்கொண்டிருக்கிறார்கள். பேசத் தெரிந்த அத்தனை மனிதர்களும் கதைசொல்லிகள்தான். வாய்பேசாதவர்கள் கூடச் சைகை மொழியில் அதைச் சாதித்துவிடுகிறார்கள். சமூகப் பண்பாட்டுத் தளத்தில் அரசியல் ஊமைகளாக்கப்பட்டவர்கள் தங்கள் உரிமைகளை, உணர்வுகளைப் பேசத் துணியாததன் விளைவே அத்தனை சுரண்டல்களுக்கும் ஆதிக்க அடக்குமுறைகளுக்கும் அடிப்படை.

அரசியல், கலை, இலக்கியம் எனப் பல்துறைகளிலும் வரலாறு படைத்தவர்கள் சாதித்துப் பிரபலமடைந்த பெருமையோடு, மூத்துப் பழுத்த தங்கள் அந்திமக் காலத்தில்தான் தன்வரலாறுகளை எழுதியிருக்கிறார்கள். இத்தனை இளம் வயதில், அத்தகைய சாதனைகள் ஏதும் நிகழ்த்திடாத இவன் ஏன் தன்வரலாறு எழுத வேண்டும்? வாசிப்பின் முகப்பிலேயே இத்தகைய கேள்விகள் எழலாம். இந்நூல் என் வாழ்க்கை வரலாற்றையும் பெருமையையும் புகழையும் பிரதிபலிக்கும் சுயசரிதையில்லை. அனுபவத்தில் என்னைப் பாதித்த சில சம்பவங்களைத் தொகுத்திருக்கிறேன். மனித மாண்பற்ற இந்தச் சமூகத்திற்கும் எனக்குமான முரண்களை, அதன்வழி நான் கண்டு, கேட்டு உணர்ந்ததை உலகிற்கு உணர்த்த முயற்சிக்கிறேன். என்னிலை மாந்தர்களிடத்து அக்கறையோடு என் அனுபவங்களைக் கூறுகிறேன். காலத்திற்கேற்ப வடிவங்கள் பலவெடுத்துப் பதுங்கிப் பாயும் தீண்டாமையை அறிவுக் கூர்மையோடு எதிர்கொள்ள வேண்டிய அவசியம் குறித்து உரையாடுகிறேன். இனி வாழ்வில் தன்னெச்சரிக்கையோடு தீண்டாமை வடிவங்களைக் கண்டுணர்ந்து பயணப்படவும் விழிப்புறுகிறேன்.

வயலும் வயல் சார்ந்த மருத நிலப் பகுதியான தஞ்சை மாவட்டம், கும்பகோணம் வட்டாரத்தில் ஒடுக்கப்பட்ட தலித் மக்கள் பெரும்பான்மையினர் விவசாயக் கூலிகள். அதிலும் எங்கள் சிற்றூரான திருலோக்கி, திருப்பனந்தாள் காசி மடத்தின் ஆதிக்கத்திற்கு உட்பட்டது. கல்வி மறுக்கப்பட்ட எங்கள் முந்தைய தலைமுறையினர் பலரும் காசிமடத்திற்கும், நிலவுடைமைப் பண்ணை ஆதிக்கத்திற்கும் அடிமைப்பட்டிருந்தவர்கள். தங்கள் இயல்பு வாழ்வில்கூடப் பல்வேறு தீண்டாமை வன்கொடுமைகளைச் சந்தித்தவர்கள். எந்நிலையும் மாறக்கூடியதுதான் வரலாறு. எல்லாவற்றையும் தடம் மாற்றும். நினைவு தெரிந்த நாட்களுக்கும் முன்பிருந்தே இத்தகைய ஆதிக்க அடக்குமுறைகள் எங்கள் பகுதியில் உடைபடத் தொடங்கியிருந்தன. காலமும் அம்பேத்கரிய, மார்க்ஸிய, பெரியாரியத் தத்துவங்களால் ஏற்பட்ட அரசியல் புரட்சியும் இத்தகைய மாற்றத்தை நிகழ்த்தியிருக்கின்றன.

சனாதனவாதிகளின் ஜனநாயக அமைப்பு முறைக்கும் டாக்டர் அம்பேத்கர் வரைந்தளித்த சட்டத்திற்கும் அஞ்சித் தங்கள் புறவரம்பில் வெளிப்படையாகத் தீண்டாமையை முழுமையாகக் கடைப்பிடிக்க முடியாதபடி ஓரளவேனும் சாதி ஆணவங்களை அடக்கிக் கட்டுக்குள் இருந்தாலும் அகவரம்பில்

சாதியெனும் மனநோயிலிருந்து விட்டு விடுதலையாக முடியாமல், ஆழ்மனதில் புரையோடிய அழுக்கோடும் வன்மத்தோடும்தான் வாழ்ந்து வருகிறார்கள். அதே அழுக்கை வாழையடி வாழையாகத் தங்கள் சந்ததிகளுக்கும் கடத்திவிடுகிறார்கள். வாய்ப்புக் கிட்டும்போதெல்லாம், மிக மென்மையாகத் தங்கள் தீண்டாமை வன்மத்தை அகத்திலிருந்து அள்ளிப் புறத்தில் வந்து கொட்டுவார்கள். ஒரு தலித்தாக இருந்து அதை எதிர்கொள்வதும் அல்லது கோபம் அடக்கி மௌனமாகிக் கடப்பதும் மிகச் சவாலானது.

அன்று தலித் விவசாயக் கூலிகளைச் சாதியின் பெயராலும் கடவுளின் பெயராலும் உழைப்பைச் சுரண்டிச் சவுக்கால் அடித்தனர். குற்றங்கள் சுமத்திச் சாணிப்பால் ஊற்றி வாயில் சிறுநீர்ப் பீய்ச்சினர், மலத்தைத் திணித்தனர். பெண்களை நிர்வாணப்படுத்தி வன்புணர்ந்து கொன்றொழித்தனர். தஞ்சையில் நிலவிய நிலவுடைமை, சாதியாதிக்க வரலாற்றில் நானறிந்தவரை, எண்பதுகளுக்குப் பிறகே இத்தகைய படுபாதகக் கொடூரங்கள் நிறுத்தப்பட்டிருக்கின்றன. மாநிலம் முழுதும் இதே நிலைதான். அதற்காகச் சாதியும் தீண்டாமையும் இன்று முற்றிலும் அழிக்கப்பட்டுவிட்டதாக நாம் கருதிவிட முடியாது. அகமனதில் ஆதிக்கம் இருக்கும்வரை சாதியை ஒழிக்க முடியாது. காலத்திற்கேற்ப, இடத்திற்கேற்பத் தீண்டாமை நவீன வடிவங்களில் இன்றும் அதே அமிலச் சூட்டோடுதான் வன்மம் கொண்டிருக்கிறது. அப்படி மனதைப் பாதித்த என் நினைவுகளிலிருந்து அழிக்க முடியாத இன்றைய நவீனக் காலத்திலும் பலரது வெம்மை மிகுந்த சொற்களில் தெறிக்கும் வன்மங்கள் பற்றி அறிவார்ந்த சமூகத்தோடு கலந்துரையாட வேண்டுமென்று சிந்தித்திருந்தேன். சிந்திப்பதைச் செயல் வடிவாக்க ஊக்கமும் தருணமும் வாய்க்க வேண்டும். அத்தகைய ஊக்கத்தையும் உந்துதலையும் தந்திருந்தது நான் வாசித்திருந்த தன்வரலாற்று நூல் ஒன்று!

எழுத்தாளர் பாவண்ணன் மொழிபெயர்ப்பில் வெளிவந்த கன்னட எழுத்தாளர் அரவிந்த மாளகத்தியின் ‘கவர்ன்மென்ட் பிராமணன்’ நூலை வாசித்தவுடன் அந்நூல் என் மனதிற்கு மிக நெருக்கமானது. காரணம், அரவிந்த மாளகத்தி அனுபவித்திருந்த அத்தனை வலிகளையும் நானும் அனுபவித்திருக்கிறேன். ஆதிக்கச் சமூகம் தரும் சாதிய இழிவுகளையும் வதைகளையும் நாமும் இந்தப் பொது சமூகத்திடம் பேச வேண்டுமென்று எண்ணினேன். இந்தியாவில் பட்டியல் சமூக மக்களில் எழுத்தறிவற்ற பாமரர் முதல் படித்த பட்டதாரிகள், சாதித்த

பிரபலங்கள், அரசுத் துறைப் பணி வாய்ப்புகள், ஆட்சி அதிகார மையம் என உச்சம் தொட்டவர்கள்வரை சாதிய இழிவுகளுக்கும் தீண்டாமை வன்செயல்களுக்கும் ஆட்படாதவர்கள் இருக்க முடியாது. ஆனால் பலரும் இவற்றையெல்லாம் பொது வெளியில் பேசத் துணிவதில்லை. இது இந்த மண்ணின் சாபமென்றோ இல்லை சகித்துக்கொண்டோ வாழப் பழகிக்கொள்கிறார்கள். ஆனால் அரசியல் புரிந்தவர்கள் சமூக நேர்மையோடு கலையில் இலக்கியத்தில் இவற்றையெல்லாம் பேசாமல் கடந்துவிடுவது மனிதப் பண்புக்கு எதிரானது. ஒடுக்கப்பட்டவர்கள் மீதான சாதிய வதைகளும் அதன் வலிகளும் பொதுச் சமூகத்தினரிடையே உரையாடல்களாக மாற வேண்டும்.

அரவிந்த மாளக்கத்தியின் எழுத்துக்கள் என்னுள் வினைபுரிந்ததன் விளைவாகப் பழைய நோட்டுப் புத்தகங்களைத் தூசு தட்டி எனது பழைய குறிப்புகளை அடிப்படையாகக் கொண்டு மனதில் புதையுண்டு கிடக்கும் வலிதரும் அனுபவங்களை எழுதினேன். ஒவ்வொரு அத்தியாயத்தையும் எழுதி முடித்துத் தம்பி தமிழ்ப்பிரியனிடம் வாசிக்கக் கொடுப்பேன். அவன் தந்த விமர்சனங்கள் எனக்கு உற்சாகமூட்டின. 2017இல் எழுதத் தொடங்கி 2018 பிற்பகுதியில் முழுவடிவம் பெற்றது. எனது முனைவர் பட்ட ஆய்வு நெறியாளர் பேரா. தெ. வெற்றிச்செல்வன் அவர்களிடம் நம்பிக்கையோடு படிக்கக் கொடுத்தேன். படித்துவிட்டு நெகிழ்ச்சியோடு அணிந்துரை ஒன்றை எழுதி, அதை என் வீட்டிற்கே நேரில் வந்து கொடுத்துவிட்டு வாழ்த்தினார். அவர் ஒரு தகப்பனைப்போல் என்னையும் என் எழுத்துக்களையும் தலைகோதி உச்சி முகர்பவர். அவருக்கு என் நன்றி என்றும் உரியது.

இந்நூல் காலச்சுவடு பதிப்பக வெளியீடாக வரவேண்டும் என்பதில் பேராவல் எனக்கு. நூல் தெரிவு செய்யப்பட்டதும் பெரும் மகிழ்ச்சி அடைந்தேன். வாய்ப்பளித்த போற்றுதற்குரிய பதிப்பாளருக்கும் இந்நூலைச் செம்மைப்படுத்திட உழைத்த பதிப்பகத்தார் அனைவருக்கும் என் மனம் கனிந்த நன்றி.

நூல் சிறப்புற அமைய வேண்டும், எழுத்துக்களினூடாக உணர்வுகளைப் பிறருக்குக் கடத்துவதென்பது ஒரு கலை. அது இயல்பாக நிகழ வேண்டும் என்பதையெல்லாம் விவரித்து அதன் நுட்பங்களை எனக்குச் சொன்னவர் ஸ்டாலின் ராஜாங்கம். முன்னேர் உழவன்போல இளையோரை அழைத்துச்செல்லும் அவரது எழுத்துக்கள் எனக்கும் திசைக்காட்டி. அண்ணனுக்கும் அன்பின் நன்றி.

திரைப்படக் கல்லூரிப் படிப்பை முடித்துப் பத்தாண்டுகள் சென்னை பெருநகரத்திற்கும் கிராமத்திற்கும் அல்லாடிக் கொண்டு, சினிமா உலகின்மீது நம்பிக்கையற்றுச் சலிப்புற்றிருந்த என்னை, "ஊருல என்னடா பண்ணிக்கிட்டு இருக்க... சீக்கிரமா சென்னைக்கு வா..." என்று, ஊக்கமளித்து நம்பிக்கையோடு ஒரு திரைக்கதையையும் எழுதவைத்திருக்கும் இயக்குநர் அண்ணன் பா. இரஞ்சித்துக்கும் நீலம் மாத இதழில் என் கவிதைகள் வெளிவந்த பின்னாளில் நேசத்தோடு மேலும் எனை எழுதத் தூண்டும் எழுத்தாளர் அண்ணன் வாசுகி பாஸ்கருக்கும் ஜெய் பீம் கலந்த நன்றி.

இந்நூலாக்கப் பணிக்காகச் சிறுகச் சிறுகத் தட்டச்சுப் பணி செய்து கொடுத்த தோழமை உறவுகள் நித்யா அறிவழகன், அன்புத் தம்பி கே.எஸ். அருண் இருவருக்கும், இல்லறத்தை மட்டுமின்றி என் எழுத்துக்களையும் நேர்செய்யும் என் இணையர் சீத்தா திருக்குமரனுக்கும் இறுக்கமான சூழல்களைத் தன் மழலை முகம் காட்டி இதமாக்கும் மகன் மௌரியனுக்கும் என் வளர்ச்சிக்கு உறுதுணையாக இருந்து என்னை நிழல்போல் பின்தொடரும் தம்பிகள் நீலம் அய்யப்பனுக்கும் மணலூர் சுபாஷிற்கும் பெரும் நன்றி.

கற்பனைகளில் மூழ்கித் திளைத்து, கலை இலக்கியங்களை அழகியலாய்ப் படைத்து, மெய்சிலிர்த்து, சக மனிதனையும் அத்தகைய பூரிப்பில் ஆழ்த்த எனக்கும் பேராசைதான். அதற்கு முன் சமூகப் பெருந்துயராய் நீளும் வாழ்வின் வலிகளைக் கடத்தியாக வேண்டும். வலி கடத்தவே வாழ்நாள் போதாதபோது என்னைப் போன்றோரின் படைப்புகளில் மகிழ்ச்சி மலர்வதெப்போது? எனவேதான் மண்ணுக்குள் புதையுண்டு கிளைத்திருக்கும் கிழங்குகளைத் தோண்டி எடுப்பதுபோல், என் திரைக்கலைக்கான கதைகளைக்கூடச் சமூக அழுத்தத்தில் உறைந்து கனக்கும், உடைந்து கிடக்கும் மனிதர்களின் வாழ்விலிருந்தே அள்ளி எடுக்க ஆசைப்படுகிறேன். சோதனை முயற்சியாக என்னிலிருந்தே என் கதைகளை எழுதத் தொடங்கியிருக்கிறேன்.

திருலோக்கி,
தஞ்சாவூர்
26-07-2022

திருக்குமரன் கணேசன்

பாவம் அந்த கார்த்திகேயன்

எனது ஆரம்பப் பள்ளி நாட்களில் கார்த்திகேயன் என்ற நண்பனொருவன் இருந்தான். அவனது தாத்தா, எங்கள் ஊர்ப் பெருமாள் கோவிலில் குருக்களாக இருந்தார். அவன் பார்ப்பதற்குக் களத்தூர் கண்ணம்மா கமலஹாசன் போல அழகொளிர இருப்பான். ஆசிரியர்கள் அவன் கன்னத்தைக் கிள்ளிக் கொஞ்சி மகிழ்வார்கள். வகுப்புத் தோழிகள் குறுகுறுப்பார்கள். அவன் வகுப்பில் முதல் மதிப்பெண் எடுக்கும் மாணவனும்கூட. ஆசிரியர்கள் தொடங்கி, மாணவர்கள்வரை அனைவருக்கும் பிடித்தமானவன். அவனுக்கும் எனக்குமான நட்பு, திண்பண்டங்களைப் பரிமாறிக் கொள்வதிலிருந்து தொடங்கியது. அவன் அதுவரை எனக்கு அறிமுகமில்லாத சீடை, முறுக்கு, எள்ளடை இன்னும் என்னவெல்லாமோ எடுத்து வருவான். தனிச் சுவையுடன் இருக்கும். அவற்றுக்குப் பதிலாக அவன் விரும்புவது புளியம்பிஞ்சு, கொடுக்காப்புளி, நெல்லிக்காய், இலந்தை, நாவற்பழம், காரப்பழம், நாரத்தை போன்றவைகளைத்தான். எங்கள் நட்பு, நான் மதிய உணவில் சாப்பிடும் முட்டையை அவன் யாருக்கும் தெரியாமல் பங்கிட்டுத் தின்பதுவரை நெருக்கமானது.

ஆரம்பப் பள்ளியாக இருந்த எங்கள் ஊர்ப் பள்ளி, நடுநிலைப் பள்ளியாக உயர்வு பெற்ற காலமது. போதிய வகுப்பறைகள் இல்லாததால், மூன்று,

நான்கு, ஐந்தாம் வகுப்புகள் மட்டும் பள்ளியிலிருந்து அரை கிலோமீட்டர் தொலைவிலுள்ள பள்ளி நிர்வாகத்திற்குச் சொந்தமான, வேறொரு கட்டிடத்திற்கு இடமாற்றம் செய்யப்பட்டிருந்தன. அப்பள்ளி திருப்பனந்தாள் ஆதீன சைவ மடத்திற்குச் சொந்தமான அரசு உதவி பெறும் நடுநிலைப் பள்ளி. புதிய வகுப்பறைகள், மடத்திற்குச் சொந்தமான சுந்தரேசுவரர் ஆலயத்தின் அருகில் இருந்த பழைய கட்டிடத்திற்கு இடமாற்றம் செய்யப்பட்டிருந்தன. வௌவால்கள் அலையும் அதன் உட்புறக் கட்டமைப்பு ஒரு குட்டி அரண்மனைக்குள் இருப்பது போல இருக்கும். அங்கே இருக்கையில் உள்ளம் களிக்கும். அக்கட்டிடம் அமைந்த, கோவில் வீதியில்தான் அவன் வீடும் இருந்தது. பிராமணர்கள் மட்டுமே வசிக்கும் அந்த வீதியைக் கடக்கும்போதெல்லாம், ஏதோ ஒரு அந்நிய தேசத்துள் நுழைவதுபோலவே உள்ளுக்குள் அலையடிக்கும். இவ்வளவுக்கும் அத்தெருவின் அருகில்தான் எங்கள் சேரியும் இருக்கிறது. இடையில் ஓடும் சிற்றோடைதான் பன்னெடுங்காலமாக எங்களை ஒதுக்கிவைத்ததற்கான வரலாற்றுக் குறியீடு. இன்றைக்கும் ஆற்றைக் கடந்து அங்கு குடியேறிவிடலாம் என்பது குதிரைக் கொம்புதான். அத்தகைய வீதியில்தான் புதிய வகுப்பறைகள். அருகிலேயே நண்பன் வீடென்றால் கேட்கவா வேண்டும். ஒவ்வொரு பொழுதும் குதூகலமாகக் கழியலானது. அவனோடு கோவில் வளாகத்திற்குள் சுற்றுவதும் அவன் சொல்லும் புராணக் கதைகளைக் கேட்பதும் பிரமிப்பாக இருக்கும். அப்பொழுது நாங்கள் ஐந்தாம் வகுப்பு படித்துக்கொண்டிருந்தோம்.

ஒருநாள், அவன் வீட்டுத் தோட்டத்தில் உள்ள கொய்யா மரத்தில் நிறைய பழங்கள் பழுத்திருப்பதாகவும், அதைப் பறித்து வரலாம் எனவும் வீட்டிற்கு அழைத்தான். சிவன் கோவிலை ஒட்டிய நாட்டு ஓடு வேய்ந்த அவனது பழங்கால வீட்டிற்குள் நுழைந்துதான் அவன் வீட்டுக் கொல்லைப்புறத் தோட்டத்திற்குச் செல்ல வேண்டும் என்பதால், அவன் வீட்டிற்குள் வரும்படி எனை அழைத்தான். வாசற்படிவரை சென்ற எனக்குள், என்னையும் அறியாமல் உதறலெடுத்தது. ‘பயப்படாம வாடா...’ என்றான். நான் ஏன் பயப்படுகிறேன் என்பதை அவனும் நானும் எப்படி உணர்கிறோம் என்பதற்கான கேள்வி அர்த்தமற்றவைதாக இருக்க முடியாது. எங்கள் இருவரது மரபின் விளைச்சலில் அனிச்சையாய் வெளிப்படும் உணர்வாக இருக்கலாம். ஒருவழியாக அவனிருக்கும் தைரியத்தில் வீட்டிற்குள் சென்றாயிற்று. பெரிய முற்றத்தில் பரப்பி வைக்கப்பட்டு வெயில் காயும் தானியங்களையும் அதனருகில் இருக்கும் பிரம்மாண்ட பித்தளை அண்டா, குண்டாக்களையும் மிரட்சியோடு பார்த்துக்கொண்டே

கொல்லைப்புற வாசற்படி நோக்கி அவன்பின் நடக்கத் தொடங்கினேன்.

திடீரெனக் கரகரவென ஒரு பெருங்குரல். 'யாருடா அது... எங்கடா போறீங்க?' முந்திக்கொண்ட கார்த்திகேயன், 'தாத்தா நான்தான்... தோட்டத்திற்குக் கொய்யாப் பழம் பறிக்கப் போறேன்...' 'உன் பின்னாடி வரானே அவா யாருடா?' 'தாத்தா அவன் என் ப்ரண்ட்...' 'எந்தத் தெருடா அவன்?' 'தாத்தா அவன் வடக்குத் தெரு...' 'அட மடச்சாம்புராணி, அவா பறத்தெரு புள்ளையாண்டான்... அவாள்லாம் நம்ம ஆத்துக்குள்ள வரக் கூடாதுனு நோக்கு தெரியாதா என்ன? போகச் சொல்லுடா வெளில...' 'தாத்தா கொய்யாப் பழம் பறிச்சிட்டுப் போயிடுறோம்.'

சரிந்து படர்ந்த குடுமியை வாரிச்சுருட்டி முடிந்துகொண்டே பெருத்த தொந்தியில், வெள்ளைப் பாம்பென நெளியும் பூணூலை இழுத்துவிட்டபடியே ஒரு பலூன் பொம்மை போலவே எழுந்தார், அவன் தாத்தா. அதற்குள் கொய்யா மரத்தில் குரங்கைபோலத் தொங்கிக்கொண்டு நான் பழங்களைப் பறித்துப் போட அவற்றைச் சேகரித்துக்கொண்டிருந்தான் கார்த்திகேயன். அதன் பின் அவன் தாத்தாவைக் கண்ணுறும் போதெல்லாம் ஒருவித அச்சம் தொற்றிக்கொள்ளும். ஆனாலும் பள்ளியில் எங்கள் நட்பிற்கு எந்தத் தடையுமில்லை.

என் கரம் கோர்த்துத் திரிந்த அவன், எட்டாம் வகுப்போடு வேதப் பாடசாலைக்குச் சென்றுவிட்டான். நான் மேல்நிலைப் பள்ளிக்குச் செல்ல அருகில் உள்ள பேரூருக்குச் சென்றுவிட்டேன். மேல்நிலை முடித்து உயர்கல்விக்காக நகரம், மாநகரம், மாநிலத் தலைநகரமெனப் புலம்பெயர்ந்து திரிந்தது என் கல்விக் காலம். அக்காலம் பெருங்காலனைப் போலக் கார்த்திகேயன் என்றொரு நண்பனை மனதிலிருந்து மறக்கடித்திருந்தாலும் அவ்வப்போது அவன் ஞாபகம் வராமலில்லை.

நெடிய இடைவெளிக்குப் பிறகு ஒருநாள், பின்னந்திப் பொழுதில் திருப்பனந்தாள் எனும் பேரூரிலிருந்து, திருலோக்கி எனும் எங்கள் சிற்றூருக்குச் செல்லும் நகரப் பேருந்தில் செந்நிற ஜரிகையுடைய வெந்நிற வேட்டி கட்டி வெற்றுடம்பில் பூணூல் நெளிய, குடுமி வைத்த கார்த்திகேயன் அமர்ந்திருந்தான். அவன் தன்னுடைய தாத்தாவைப் போலவே மாறியிருந்தான். அவனைப் பார்த்த பெருமகிழ்ச்சியில், 'டேய் கார்த்தி எப்படிடா இருக்க? பாத்து எவ்ளோ வருமாச்சு?' என்று சொல்லி ஆவலாய் அவன் அருகில் அமர்ந்த என் அன்பின் நெருக்கத்தைப் பிடிக்காத அவன், பேருந்தின் ஜன்னலோர கம்பியில் உடல் நசுங்க நகர்ந்தான். இருள் கவ்விய பொழுதில், காட்சிகளற்ற ஜன்னலோரத்தை

வெறித்துக்கொண்டே, சூரியனார் கோவிலில் குருக்களாக இருப்பதாகவும், எப்போதாவது ஊருக்கு வருவேன் என்றும், வேத மந்திரம் ஒலிப்பது போலவே ஓரிரு வார்த்தைகள் பேசி அமைதியானான்.

ஏதுமறியாத சிறுவனாய் இருந்தபோது, பள்ளி நாட்களில் என் கரம் கோர்த்துத் திரிந்த அந்தக் கார்த்திகேயனா இவன்? ஏன் இப்படி மாறிப்போனான்? அவன் குடிகொண்டிருக்கும் மதமும் குலத்தொழிலும் அவனுக்கு மதம்பிடிக்க வைத்திருக்கலாம். ஆனால், எனக்குள் உறைந்து கிடக்கும், ஈரோட்டுக் கிழவனோ, எள்ளல் தொனிக்க அவனை அகத்திலிருந்து அள்ளி வீசக் காரணமானார். பாவம் அந்தக் கார்த்திகேயன் தொலைந்து போய்விட்டதாகவே நினைத்துக்கொள்கிறேன்.

நான்காவது ஆணி

அப்போது எட்டாம் வகுப்பு படித்துக் கொண்டிருந்தேன். புதிதாக, எங்கள் பள்ளிக்கு வந்திருந்த தலைமையாசிரியர், பள்ளியை அழகுபடுத்துவதில் ஆர்வத்தோடு இருந்தார். அவர் பணியாற்றிய காலத்தில் நடப்பட்ட மரக்கன்றுகள்தான் ஓங்கி வளர்ந்து, அடர்ந்து படர்ந்து இன்றும் நிழல் தந்துகொண்டிருக்கின்றன. அதுபோலவே, வகுப்பறைகளை அழகுபடுத்த வும், மாணவர்களின் சிந்தனை விரியவும், அறிஞர் பெருமக்களை மனதில் பதியவைக்கவும், தேசத் தலைவர்கள், கவிஞர்கள் எனக் கண்ணாடிச் சட்டங்களால் தரிக்கப்பெற்ற புகைப்படங்களை வாங்கி வந்திருந்தார். அவற்றையெல்லாம் ஒவ்வொரு வகுப்பறைக்கும் நான்கு நான்கு படங்களாகப் பிரித்துக் கொடுத்து, மாணவர்களின் பார்வை யிலேயே இருக்கும் வண்ணம், ஆணியடித்து மாட்டச் சொல்லியிருந்தார். அப்படி எங்கள் எட்டாம் வகுப்பு ஆசிரியரிடமும் நான்கு படங்களைக் கொடுத்திருந்தார் தலைமையாசிரியர்.

எங்கள் வகுப்பில் இருக்கும் உயரமான மாணவர்களில் நானும் ஒருவன். அதுவும் வடக்குத் தெருவைச் சேர்ந்தவன். ஆணியடித்துப் புகைப்படம் மாட்டும் பொறுப்பு எனக்கு வழங்கப்பட்டது. பள்ளி வளாகத்தில் நடுவதற்கு மரக்கன்றுகளைப் பிடுங்கி வரச் சொல்வது, வகுப்பறையில் ஒட்டடை அடிப்பது, கடைவீதிக்குச் சென்று

வெற்றிலைச் சீவல் வாங்கி வருவது, விரல் சொடுக்கெடுப்பது... இம்மாதிரியான வேலைகளுக்கெல்லாம் வடக்குத் தெரு, தெற்குத் தெரு மாணவர்களையே தெரிவுசெய்வார்கள். ஊருக்கு ஒதுக்குப்புறமாகப் பிரிந்துகிடக்கும் இவ்விரு தெருக்களும் பறத்தெருக்கள். பறத்தெருப் பிள்ளைகளை ஆசிரியர்கள் கட்டாயப்படுத்தி வேலைவாங்கினால் அது பாவக் கணக்கில் சேராது. அதைத் தட்டிக் கேட்கவும் பெற்றோர்கள் முன்வர மாட்டார்கள். வகுப்பாசிரியர் கரும்பலகைக்கு மேலே வரிசையாக ஒவ்வொரு படங்களுக்கும் இடைவெளி விட்டு ஆணியடிக்கச் சொன்னார். பக்கவாட்டாக ஒரே நேர்க்கோட்டில் ஒன்று, இரண்டு, மூன்று என ஆணிகளை அடித்தாயிற்று.

நான்காவது ஆணியை மட்டும் கொஞ்சம் கீழிறக்கி அடிக்கச் சொன்னார். 'ஐயா நாலு படமும் ஒரே மாதிரிதானே இருக்கு. ஏன் இந்த ஆணியை மட்டும் கொஞ்சம் கீழிறக்கி அடிக்கச் சொல்றீங்க?' 'இதெல்லாம் என்ன கேள்வி? சொன்னதைச் செய்யுடா கூமுட்ட,' என்ன காரணமாக இருக்கும்? அமைதி யாகி நான்காவது ஆணியைச் சற்றுக் கீழிறக்கி அடித்தேன். ஆசிரியர் ஒவ்வொரு புகைப்படங்களாக எடுத்துத்தர மேசைமீது நிற்கும் நான் ஆணியில் மாட்ட ஆயத்தமானேன்.

முதலில் தேசத் தந்தை காந்தியின் படத்தைக் கொடுத்து மாட்டச் சொன்னார். இரண்டாவது ஆணியில் ஜவகர்லால் நேரு படம். மூன்றாவது ஆணியில் பாலகங்காதர திலகர் படம். கீழிறக்கி அடிக்கப்பட்ட அந்த நான்காவது ஆணியில் மாட்டப்போகும் படத்தில் யாருடைய படமிருக்கும்? ஆவலாக நீளும் என் கைகளில் முனகிக்கொண்டே அம்பேத்கர் படத்தைக் கொடுத்தார். நான்கு படங்களையும் மாட்டிவிட்டு மேசையிலிருந்து கீழிறங்கி மேலே மாட்டப்பட்டுள்ள படங்களைப் பார்த்தேன். ஒரு படம் மட்டும் தனித்துக் கீழிறங்கி இருப்பது எனக்கென்னவோ அழகாகப் படவில்லை. திரும்பவும் அந்த வகுப்பாசிரியரிடம் 'ஐயா நாலாவது படமும் நேரா மாட்டியிருந்தா இன்னும் அழகா இருந்திருக்கும்' என்றேன்.

அவ்வளவுதான்; அவருக்குக் கோபம் தலைக்கேறி எனது கையை நீட்டச் சொல்லி மூங்கில் குச்சியால் ஓங்கி அடித்தார். வலி பொறுக்க முடியாமல் கையை உதறிக்கொண்டே எங்கள் தெரு மாணவர்கள் அமர்ந்திருக்கும் சுவரோரக் கடைசி வரிசையில் போய் அமர்ந்தேன். வலியையும் மீறி அந்தக் கேள்வி மட்டும் என் மூளையைக் குடைந்துகொண்டே இருந்தது. அந்த ஆசிரியரின் அச்செயலுக்கு அப்போது எனக்கு அர்த்தம் விளங்கவில்லை.

பாபாசாகேப் அம்பேத்கர்மீது அவருக்கு ஏன் அப்படி யொரு வன்மம்? மறைக்கப்பட்ட இந்திய வரலாற்றையும், இந்து மத சாதிவெறி அரசியலையும் உணர்ந்த பின்னாளில் அர்த்தம் விளங்கியது எனக்கு. சாதி இந்துவான அந்த ஆசிரியருக்கும் அவரைப் போன்று எண்ணம் கொண்டோருக்கும் அம்பேத்கர் இன்னும் எங்கெல்லாம் என்னென்ன வழிகளிலெல்லாம் கடுப்பேற்றிக் கொண்டிருப்பாரோ தெரியவில்லை.

எத்தகைய வலிமையானவர்களானாலும் மற்ற தலைவர்க ளோடு பொருத்திப் பார்க்க முடியாத தனித்துவமானவர் அம்பேத்கர். கீழிறக்கப்பட்டேனும் தனித்திருப்பதுதான் அவர் புகழுக்கு அழகென்று உணர்கிறேன். தீண்டாமை வன்மம் கொண்ட அந்த ஆசிரியனின் அகநிலை அம்பேத்கரின் படத்தை அப்புறப்படுத்த நினைக்கிறது. ஆனால் புறநிலையோ, அவரது கைகளாலேயே படத்தை மாட்டவும் செய்திருக்கிறது. சாதி இழிவை அழித்தொழிக்கத் தம் அறிவை ஆயுதமாக்கிய அம்பேத்கரின் வெற்றி அது என்பதை நினைக்காமல் இருக்க முடியவில்லை.

முதல் மதிப்பெண்

இரண்டாம் வகுப்புப் படிக்கும்போதே நான் தமிழைச் சரளமாகப் படிக்கக் கற்றிருந்தேன். இப்போதும்கூட என் அக்கா குழந்தைகளிடம், என் அம்மா பெருமை பொங்க இதனைக் கூறுவார். 'ஒங்க மாமா ரெண்டாவது படிக்கும்போதே நல்லா படிப்பான். எங்களுக்கே ஆச்சரியமாக இருக்கும். மனுநீதிச் சோழன் கதை, எறும்பு புறா கதைன்னு படிச்சுக் காட்டுவான்' என்பார். ஆனால் ஒருநாள்கூட நான் வகுப்பில் அதை வெளிப்படுத்தியதே இல்லை. பள்ளியில் அழகான குழந்தைகளையே முன்வரிசையில் அமர வைப்பார்கள். இதில் அழகென்பது சாதி சார்ந்ததாகவும், அவர்களின் உடை சார்ந்ததாகவும் இருக்கும். அந்நாளில் சீருடைக் கட்டுப்பாடெல்லாம் பள்ளிகளுக்குக் கிடையாது. எனவே எங்களின் 'தரத்தையும் அழகையும்' உடைகளே நிர்ணயிக்கும். பின் வரிசையில் அமர்ந்திருக்கும் சேரிக் குழந்தை களுக்கு ஆசிரியர்களோடு கலந்துரையாடுவது இயல்பாகவே மறுக்கப்பட்டிருக்கும். இந்த மரபு தன்னியல்பாகவே பழக்கவும் பட்டிருக்கும். வகுப்பறையில் எனக்கு நூற்றுக்கணக்கான கேள்விகள் எழுந்துகொண்டே இருக்கும். ஆனால் ஆசிரியர்களிடமிருந்து பதில் பெறும் துணிச்சலற்று அமைதியாகவே இருப்பேன். பள்ளி நாட்களில் பெரும்பாலான ஆசிரியர்கள் என்னால் நெருங்க முடியாதவர்களாகவே இருந்தார்கள்.

நான் ஐந்தாம் வகுப்புப் படிக்கும்போது உள்ளூர் ஆசிரியர் ஒருவர் வகுப்பாசிரியராக

இருந்தார். அவர் மாணவிகளிடம் சில்மிஷம் செய்துகொண்டே இருப்பார். எங்கள் ஊரில் இஸ்லாமியர்கள் அதிகம். ஆதலால் பள்ளியிலும் இஸ்லாமிய மாணவர்கள் நிறையப் பேர் படித்தனர். இஸ்லாமிய மாணவிகளைக் கண்ட இடங்களில் கிள்ளுவது, கொஞ்சுவது, அருகிலேயே நிற்கவைத்து விளையாடுவது, சில நேரங்களில் மடியில் தூக்கி உட்காரவைத்துக் கொள்வதென அவர் எல்லை மீறி நடந்துகொள்வார். எங்கள் வகுப்பில் சந்திரலேகா என்ற ஒரு மாணவி இருந்தாள். அவள் பார்ப்பதற்கு அழகாக இருப்பாள். வகுப்பில் முதல் மதிப்பெண் எடுக்கக்கூடியவளும்கூட. அவளிடமும் அந்த ஆசிரியர் அத்துமீறி நடந்துகொள்வார். கொஞ்சுவதுபோலக் கண்ட இடங்களில் கை வைப்பார். சிலேடையாகப் பேசிச் சிரிப்பார். எல்லாம் எங்கள் முன்பாகவே அரங்கேறும். அவருக்கு அதுவொரு பொழுதுபோக்கு.

ஒருநாள் மாலைநேர வகுப்பில் அரையாண்டுத் தேர்வு விடைத்தாள்களைக் கொடுத்துக்கொண்டிருந்தார் அந்த வகுப்பாசிரியர். எங்கள் வகுப்பில் மொத்தம் நாற்பதுக்கும் மேற்பட்ட மாணவ, மாணவிகள் இருந்தனர். அதில் அறுபது மதிப்பெண்களுக்கு மேல் எடுத்த பதினைந்து நபர்களை வரிசைப் படுத்தி, விடைத்தாள்களைக் கொடுத்துக்கொண்டிருந்தார். ஆசிரியர் அறிவிக்காமலேயே வகுப்பில் முதல் மதிப்பெண் எடுக்கப் போவது சந்திரலேகாதான் என்பது எங்கள் எல்லோருக்குமே தெரியும். ஆனால் வழக்கத்திற்கு மாறாக அன்றைக்கு அந்த ஆசிரியர் ‘ரேங்க் லிஸ்ட்’ எடுத்த பதினைந்து பேரில் ‘பர்ஸ்ட் ரேங்க்’ திருக்குமரன் என, எனது பெயரைச் சொல்லி விடைத்தாளைக் கொடுக்க, வழக்கம்போல் வகுப்பில் உள்ள கைத்தட்டிகள் தட்டி முடிக்க எனக்கோ பெரும் வியப்பு. சந்திரலேகாவிற்குப் பேரதிர்ச்சியாக இருந்திருக்கும். என்னாலும் அதை நம்பவும் முடியவில்லை.

ஆரம்பப் பள்ளி நாட்களில் நான் இடைமாணாக்கனாகவே இருந்தேன். எனக்கு விடைகள் ஓரளவிற்குத் தெரிந்தாலும் என் கையெழுத்து அழகாக இருக்காது. எனவே மதிப்பெண் சராசரியாகத்தான் கிடைக்கும். இப்படி இருக்கையில் நானெப்படி முதல் மதிப்பெண் பெற முடியும்? ஏதோ கேலிசெய்து சிரிக்கவே ஆசிரியர் சூழ்ச்சி செய்கிறார் என்பதைப் புரிந்துகொண்டு உள்ளுக்குள் ஒருவிதப் பதற்றம் சூழ விடைத்தாளை வாங்கிக் கொண்டு அமர்ந்துகொண்டேன். யாரும் விடைத்தாள்களையும் மதிப்பெண்களையும் மற்றவர்களிடம் காட்டக் கூடாதெனவும் கட்டளையிட்டிருந்தார் ஆசிரியர். நான் அந்தப் பாடத்தில் 64 மதிப்பெண்கள் பெற்றிருந்தேன். தொடர்ச்சியாக அடுத்தடுத்த பெயர்களை அறிவித்து விடைத்தாள்களைக் கொடுத்துக்

கொண்டிருந்தார். இரண்டாவது ரேங்க் இந்துமதி, மூன்றாவது இந்திரா, நான்காவது குமார், ஐந்தாவது மணிகண்டன், ஆறாவது அரேஷ், இப்படியாகப் பதினான்காவது ரேங்க் சக்கரவர்த்தி, கடைசி ரேங்க் சந்திரலேகா என்று கூறி விடைத்தாளைக் கையில் வைத்துக்கொண்டு அவளை அருகில் அழைத்தார்.

எப்பொழுதும் முதல் மதிப்பெண் பெறும் அவள் கடைசி ரேங்க் என்றதும், அழுதுகொண்டே விடைத்தாளை வாங்க வந்தாள். அவளை அருகில் இழுத்து, காதைப் பிடித்துச் செல்லமாகத் திருகிக்கொண்டே, "பறையன்கூட பர்ஸ்ட் ரேங்க் வந்துட்டான். உனக்கு என்னடி ஆச்சு?" என்றார். அதுவரை மௌனமாகக் கண் கலங்கியவள், வாய்விட்டு அழத் தொடங்கினாள். அவள் அழுகையில் ஆனந்தம் கொண்ட அவர் அந்த விளையாட்டை நிறுத்திவிட்டுப் பதினைந்தாவது ரேங்க் திருக்குமரன் 64 மதிப்பெண்கள். பர்ஸ்ட் ரேங் நம்ம சந்திரலேகா 94 மதிப்பெண்கள் என்று அறிவித்து முடிக்க அழுதுகொண்டிருந்த அவள் அழுகையை நிறுத்திவிட்டுப் புன்னகைக்கத் தொடங்கினாள். வகுப்பில் உள்ள கைத்தட்டிகள் எல்லாம் ஆரவாரத்தோடு கரவொலி எழுப்பி, அவளைப் பாராட்டிவிட்டு, என்னைப் பார்த்துக் கேலியாகச் சிரித்தார்கள். நான் அழத் தொடங்கியிருந்தேன். எந்தத் தவறுமிழைக்காத எனக்கு அத்தகைய அவமானத்தை, இழிவைப் பெற்றுத்தந்தது எது?

கூனிக்குறுகித் தலை கவிழ்ந்திருந்த அன்றைய நாளில் அதற்கான அர்த்தம் தெரிந்திருக்கவில்லை. முதல் மதிப்பெண் பெற்ற சந்திரலேகா பின்னர் பி.காம் படிப்பைப் பாதியிலேயே நிறுத்திவிட்டு, திருமணம் செய்துகொண்டாள்.

யதேச்சையாக ஒருநாள் எங்கள் ஊர்ப் பேருந்து நிறுத்தத்தில் பேருந்திற்காகக் கைக்குழந்தையோடு காத்திருந்த அவளைப் பார்க்கையில் பரிதாபமாக இருந்தது. அந்த உள்ளூர் ஆசிரியரோ சைக்கிளிலிருந்து 'பைக்'குக்கு மாறி இன்னும் ஐந்தாம் வகுப்பு ஆசிரியராகவே அதே பள்ளியில் ஊதிப் பெருத்த உடம்போடு,

> 'சாதி இரண்டொழிய வேறில்லை சாற்றுங்கால்
> நீதி வழுவா நெறிமுறையின் – மேதினியில்
> இட்டார் பெரியார் இடாதார் இழிகுலத்தார்
> பட்டாங்கில் உள்ள படி'

என்ற ஔவையாரின் நல்வழிப் பாடலை இன்றும் பாடிக் கொண்டிருக்கிறார்.

இட ஒதுக்கீடு

வாழ்வில் முதன்முறையாக ஒரு சுற்றுலாப் பயணம். அதுவும் கல்விச் சுற்றுலா. சக மாணவர்க ளோடும் நண்பர்களோடும்! அப்போது நான் எட்டாம் வகுப்பு. அழுது புரண்டு, முந்நூறு ரூபாய் சுற்றுலாக் கட்டணத்திற்காக அப்பாவிடம் பணம் வாங்கிக்கொண்டு பதினைந்து நாட்களுக்கு முன்பாகவே சுற்றுலாப் பொறுப்பாசிரியரிடம் கொடுத்தாயிற்று. அதிலிருந்து எந்த நாளும் வகுப்பில் பாடம் கவனித்தபாடில்லை. வகுப்பறையிலும், விளையாடும்போதும், மதிய உணவு வேளையிலும், பள்ளிக்குச் செல்லும்போதும் பள்ளி விட்டுத் திரும்பும்போதும் சுற்றுலாவைப் பற்றித்தான் பேச்சு. தூங்கும்போதுகூடச் சுற்றுலா பற்றிய கனவுகளே விரியும்.

நாங்கள் சுற்றுலா செல்லவிருந்த இடங்கள் தஞ்சாவூர்ப் பெரியகோவில், அரண்மனை, திருச்சி உச்சிப் பிள்ளையார் கோவில், கல்லணை, அங்கிருந்து சென்னை, வேடந்தாங்கல் பறவைகள் சரணாலயம், மெரினா கடற்கரை, கிண்டி பாம்புப் பண்ணை, வண்டலூர் மிருகக்காட்சி சாலை எனத் திட்டம். அது மாநிலத் தலைநகர் செல்வதற்கான பயணம்தான். அந்த வயதில் ஒரு கிராமத்துச் சிறுவனுக்கு அது ரஷ்யப் பயணம் போலத்தானே.

மனம் பல்வேறு கனவுகளில் திளைத்திருந்தது. அந்நாளில் எங்கள் வீட்டில் மட்டுமல்ல எங்கள் தெருக்களில்கூடத் தொலைக்காட்சிப் பெட்டி கிடையாது. தூர்தர்ஷனில் வெள்ளிக்கிழமைகளில், 'ஒளியும் ஒலியும்'. ஞாயிறுகளில் திரைப்படம். அவற்றைப் பார்ப்பதற்கு அருகிலிருக்கும் முஸ்லிம் தெருவிற்குத்தான் செல்ல வேண்டும். சாதி

இந்துக்கள் எங்கள் தெருப் பிள்ளைகளை வீட்டினுள் அனுமதிக்க மாட்டார்கள். இஸ்லாமியர்கள் எங்களை அருகில் அமர்த்தித் தொலைக்காட்சி பார்க்க விடுவார்கள். அங்குதான் எல்லோர் வீட்டிலும் தொலைக்காட்சிப் பெட்டி இருக்கும்.

வாரத்தில் இருநாள், ஊர்ப்பிள்ளைகளோடு அங்கு செல்வதற்கு என் அம்மா அனுமதிக்கமாட்டார். போராடித்தான் போக வேண்டியிருக்கும். அப்போது எங்கள் கிராமத்தில் தனியார்த் தொலைக்காட்சி இணைப்புகள் இல்லை. டிஸ்கவரி, அனிமல் ப்ளான்ட், நேஷனல் ஜியோகிராபி போன்ற சேனல்களை எல்லாம் அன்று பார்க்க முடியாது. சிங்கம், புலி, சிறுத்தை, கரடி, நீர்யானைகள் எல்லாம் பாடப் புத்தகத்தில் பார்த்ததோடு சரி. அவற்றையெல்லாம் சுற்றுலாவின்போது நேரில் பார்க்கும் வாய்ப்பென்றால் சொல்லவா வேண்டும்! நாளுக்கு நாள் ஆவல் அதிகரித்துக்கொண்டே போனது. பள்ளியிலிருந்து புறப்படும் அந்நாளுக்காகக் காத்துக் கிடந்தோம்.

வீட்டிலிருந்த ஐந்தாறு உடைகளில் பின்பக்கம் கிழியாதிருந்த இரண்டு பேண்டையும் மூன்று சட்டைகளையும் அடித்துத் துவைத்து, டிபன் பாக்ஸில் நெருப்பைக் கொட்டி, இஸ்திரி போட்டு, பத்தாம் வகுப்பு படித்த என் அக்காவிடம் கெஞ்சிக் கூத்தாடி ஸ்கூல் பேக்கைக் கடன் வாங்கி, சுற்றுலாவுக்கான ஆயத்தப் பணிகள் நடந்து முடிந்தன. சுற்றுலா செல்லும் அந்நாளும் வந்தது. ஒரு சனிக்கிழமை மாலை நேரமது. மூன்று மணிக்குப் பள்ளி வளாகத்திலிருந்து சுற்றுலா வேன்கள் புறப்படும் என்றும், சுற்றுலா செல்லவிருக்கும் மாணவர்கள் இரண்டு மணிக்கே பள்ளி வளாகத்திற்கு வந்துவிட வேண்டும் என்றும் அறிவித்திருந் தார்கள். நானோ, எனது நண்பர்களோடு ஒரு மணிக்கே அங்கு சென்றுவிட்டேன். முப்பத்தைந்து மாணவர்களோடு, நான்கு ஆசிரியர்களும், அவர்களோடு நான்கு ஆசிரியர்களின் குழந்தைகளும் இலவச இணைப்பாக உடன்வர, நாற்பத்து மூன்று பேரை ஏற்றிச்செல்ல உள்ளூர் மகேந்திரா ட்ராவல் வேன்கள் வந்தன. வேனைப் பார்த்ததும் மாணவ மாணவிகளெல்லாம் கூச்சலும் கும்மாளமுமாய்க் கத்த, எல்லோரையும் அமைதிப் படுத்தி வரிசையில் நிற்கவைத்தார்கள்.

ஒரு குறிப்பேட்டில் மாணவ மாணவியரின் பெயர்கள் எல்லாம் எழுதிவைத்திருந்த ஆசிரியர் அவர்களை ஒவ்வொரு வேனிலும் அமர வைப்பதற்கு ஆயத்தமானார். முதலில், சன்னிதித் தெரு மாணவ மாணவிகளின் பெயர்களை வாசித்தார் ஆசிரியர். அவர்களையெல்லாம் 'நீங்கள் முதல் வேனில் டிரைவர் சீட்டிற்குப் பின்னிருக்கும் முதல் இருக்கைகளில் போய்' என்று முடிக்குமுன்னரே ஐந்தாறு மாணவ மாணவிகள் ஓடிப்போய் அமர்ந்துகொண்டார்கள். அடுத்து நடுத்தெரு மேலத்தெரு

மாணவர்களின் பெயரைப் படிக்க அவர்கள் வேனின் இரண்டாவது இருக்கையில் அமர்த்தப்பட்டார்கள். அடுத்திருந்த மூன்றாவது இருக்கையில் மாரியம்மன் கோவில் தெரு மாணவர்கள் ஐவர் பெயர்களை வாசிக்க அவர்களும் ஏறிக்கொண்டார்கள். இப்படியாக இரண்டு வேன்களிலும் தெற்குத் தெரு, வடக்குத் தெரு மாணவர்களை விடுத்து மற்றவர்களைக் கனக்கச்சிதமாக அமரச்செய்தார்கள்.

'சார், எங்க பேரு எப்ப வரும், நாங்க எங்க உட்காருவது' என்று எங்கள் இரண்டு தெரு மாணவர்களும் ஆர்வக் கோளாறில் நச்சரித்தார்கள், 'அட சனியன்களா ஏன் இப்படி அவசரப்படுறீங்க பொறுமையா நிக்க முடியாதா?' என்று சொல்லிக்கொண்டே இரண்டு வேன்களிலும் கடைசியாக உள்ள பின்னிருக்கைகள் இரண்டிலும் தெற்குத் தெரு மாணவர்களை ஒரு வேனிலும் வடக்குத் தெரு மாணவர்களை மற்றொரு வேனிலும் அமரச் சொன்னார்கள். நாங்கள் மொத்தம் பதினான்கு பேர் இருந்தோம். அதில் நான்கு பெண்களும் அடங்குவார்கள். ஒவ்வொரு வேனிலும் ஏழு ஏழு பேராக உடல் நசுங்க நெருக்கியடித்துக் கொண்டு, இந்த ஒதுக்கீட்டின் அர்த்தம் விளங்காமலேயே, உட்கார்ந்து கொண்டோம். ஊர் திரும்பும்வரை யாரும் இடம் மாறக் கூடாது என்ற எச்சரிக்கை வேறு. பிராமணப் பிள்ளைகளையும் மற்ற ஆதிக்கச் சாதிப் பிள்ளைகளையெல்லாம் முன்னிருக்கையில் அமரச் செய்து, தெற்குத் தெரு, வடக்குத் தெருவைச் சார்ந்த சேரிப் பிள்ளைகளுக்கு மட்டும் பின் இருக்கைகள் ஒதுக்கிய அந்த ஆசிரியர்களின் இட ஒதுக்கீட்டுத் தத்துவம் எதன் அடிப்படையிலானது? விவரம் தெரிந்த பின்னாளில் அந்த ஆசிரியர்கள் நால்வரையும் கூப்பிட்டு ஆளுக்கு நாலு அறைவிட வேண்டும்போல் இருந்தாலும், அவர்களின் அறியாமைக்காகவும், தீண்டாமைக்குப் பலியான அவர்களின் சுய அறிவின்மைக்காகவும் அவர்கள்மீது பரிதாபப்படவே தோன்றுகிறது. அப்போதெல்லாம் பள்ளிகளில் தலித் ஆசிரியர்கள் இருப்பது அரிது. இப்போது பெரும்பான்மையாகத் தலித்துகளே ஆசிரியர்களாக உருவெடுத்திருக்கிறார்கள். இப்போதும் அந்தப் பள்ளியில் கல்விச் சுற்றுலா செல்கிறார்கள். ஆனால் தலித் மாணவர்களை மட்டும் பின்னிருக்கையில் அமர்த்த முடியாது. ஏனென்றால் முன்னிருக்கையில் அமர்ந்திருக்கும் யாரோ ஒரு தலித் ஆசிரியர் அதை அனுமதிக்கமாட்டார். இல்லையேல் அவர் இருக்கும் அச்சத்தில் வேறெந்த ஆதிக்கச் சாதி ஆசிரியரும் அப்படியொரு இழிசெயலைச் செய்யத் துணிய முடியாது. ஒவ்வொரு வினைக்கும் ஒரு எதிர்வினை உண்டென்ற நியூட்டனின் விதியறிந்தவன், சதிச்செயல் செய்து சாதிவெறி காட்டுவது அரிது.

மேலிருந்தும் மேலல்லார் மேலல்லார் கீழிருந்தும்
கீழல்லார் கீழல் லவர்.

இன்னும் ரெண்டு இனிப்புப் போண்டா

எனக்கு நான்கு தாய் மாமன்களும் ஐந்து பெரியம்மாக்களும் இருக்கிறார்கள். அவர்கள் எல்லோருக்கும் இளையவராகப் பிறந்தவர் என் அம்மா. தந்தை வழி உறவுகளைவிடத் தாய் வழி உறவுகளே எனக்கு அதிகம். நான் சிறுவனாக இருந்தபோது என் பெரியம்மாக்களின் வீடுகளுக்குச் செல்வது குதூகலமாய் இருக்கும். என் பெரியம்மா வீட்டு அண்ணன்களோடும் அக்காக்களோடும் கூடி மகிழ்ந்திருப்பது எல்லையற்ற ஆனந்தம். இன்றைய நாட்களைப்போல் உறவினர்கள் வீடுகளுக்கு விருந்தினராகவோ இல்ல நிகழ்வுகளுக்கோ அன்றே சென்று அன்றைக்கே திரும்புவதில்லை. ஒரு வாரத்திற்கு முன்பே சென்று கூடி மகிழ்வது வழக்கம். என் பெரியம்மாக்கள் எல்லோரும் அக்கம் பக்கத்து ஊர்களிலேயே இருந்தார்கள். குறைந்தது ஐந்து கிலோ மீட்டர். அதிகபட்சமாகப் பத்துக் கிலோ மீட்டருக்கு உள்ளாகவே அந்த ஊர்கள் இருக்கும். என் நான்காவது பெரியம்மாவின் ஊர் மட்டும் கொஞ்சம் தொலைவிலிருக்கும். அவ்வூர் பக்கத்து மாவட்டமான பெரம்பலூர் மாவட்டத்தில் இருக்கிறது. அடிக்காமலை என்ற சிற்றூர் அது. கொள்ளிடம் ஆற்றைக் குறுக்கே கடந்துசென்றால் அவ்வூருக்கு விரைவில் சென்று விடலாம். இல்லையேல் அணைக்கரை வழியாகத்

தாதம்பேட்டை பழூர் சென்று அங்கிருந்து அடிக்காமலை செல்ல வேண்டும். குறைந்தது முப்பது கிலோமீட்டர் தூரமாவது செல்ல வேண்டியிருக்கும். கொள்ளிடக் கரையை ஒட்டிய அவ்வூர் குட்டித் தீவுபோலக் காட்சியளிக்கும்.

மூன்று தலைமுறைக்கு முன்பு ஆலவேலி எனும் எங்கள் பக்கத்து ஊரிலிருந்து, விவசாயக் கூலிகளாகப் பத்துப் பதினைந்து குடும்பங்களைக் கொத்தடிமைகள்போல அங்குள்ள ஜமீன் பண்ணைக்கு அழைத்துப் போயிருக்கிறார்கள். அப்படிப் போனவர்கள், அங்கேயே நிரந்தரமாகத் தங்கிப் பல குடும்பங்களாகப் பல்கிப் பெருகியிருக்கிறார்கள். அம்மக்கள் வசித்த பெருந்திடல்தான் இன்று ஒரு சிற்றூராக மாறியிருக்கிறது. அன்று இருந்த அந்த ஜமீனும் அவனது பண்ணையும் இன்று தடந்தெரியாமல் அழிந்துபோய்விட்டன. ஆனால் ஜமீனுக்காக உழைத்து மண்ணை வளப்படுத்திய மக்களோ அம்மண்ணிற்கு உரியவர்களாக மாறிப்போனார்கள். உலகம் முழுவதும் புலம்பெயர்வாழ் மனிதர்களின் வாழ்க்கைக்குப் பின்னால் இப்படியான கதைகள் இருக்கலாம். அடிக்காமலை எனும் அச்சிற்றூரின் கிழக்கேதான் நகைச்சுவைச் சொற்பொழிவாளர் கோ. சுவாமிநாதனின் ஊரான தென்கச்சியும் பாடலாசிரியர் மருதகாசியின் ஊரான மேலக்குடிகாடும் அருகமைந்திருக்கின்றன.

அடிக்காமலையில் இருக்கும் பெரியம்மா வீட்டிற்குச் செல்வதென்றால் எனக்கு அளவற்ற மகிழ்ச்சியாக இருக்கும். மழை நாட்களில் கொள்ளிடம் ஆற்றில் வெள்ளம் பெருக்கெடுத்து ஓடும். அம்மாதிரியான நாட்களில் ஆற்றைக் கடந்து மறுகரைக்குச் சென்றுவருவதற்குப் பரிசல் விடுவார்கள். இக்கரையிலிருந்து அக்கரைக்கு இரண்டு கிலோ மீட்டர் தொலைவிருக்கும். நீர்ப்பரப்பு ஒரு குட்டித் தீவைப் போல் காட்சியளிக்கும். ஆற்றின் நடுவில் நீரில் மூழ்கித் தலை நீட்டியிருக்கும் கருவேல மரங்களில் கொக்கும் நாரைகளும் கூட்டம் கூட்டமாய் அமர்ந்திருக்கும். புரட்டிப் போட்ட இராட்சத ஆமை ஓட்டைப் போலக் காட்சியளிக்கும் பரிசலைத் தள்ளிக்கொண்டே ஆழ்நீர் வந்ததும் எங்களோடு பரிசலோட்டியும் ஏறிக்கொள்வார். அவர் பாடியபடியே துடுப்புப் போட, தஞ்சாவூர் தலையாட்டி பொம்மைபோல் அசைந்தாடி நீந்தும் அப்பரிசிலில் செல்வது ஏதோ சந்திர மண்டலத்திற்கு ராக்கெட்டில் செல்வதுபோலப் பிரமிப்பாக இருக்கும். அதோடு என் பெரியம்மா வீட்டு அண்ணனோடு கொள்ளிடம் ஆற்றில் நீச்சலிடும் கும்மாளம் நினைவில் கூடிவிட, பரிசில் கரைதொடும் முன்பாகவே மனசு கரையேறி நடக்கும். ஐந்து பெரியம்மாக்கள் வழியில் ஏழு அண்ணன்களும் நான்கு தம்பிகளும் இருந்தனர். ஐம்பது வயதிலிருந்து என்னைவிடப்

பத்து வயது குறைந்தவர்கள்வரை அதில் அடங்குவர். இவர்கள் எல்லோரையும்விட என் நான்காவது பெரியம்மாவின் மகன் விஜயகுமாரை எனக்கு மிகவும் பிடித்திருந்தது. அவர் என்னைத் தோளில் தூக்கி வைத்துக்கொண்டு கொள்ளிடம் ஆற்றிற்குக் குளிக்கச் செல்வார். மணல் வீடு கட்டி விளையாட்டுக் காட்டுவார். தூண்டில் போட்டு மீன் பிடிக்கக் கற்றுத்தருவார். கம்பியில் கால்கள் பின்ன, பின்னிருக்கையில் அமர்த்தித் தொலைதூரம் சைக்கிளில் கூட்டிச் செல்வார். கடைவீதிக்கு அழைத்துச் சென்று விதவிதமான திண்பண்டங்கள் வாங்கித் தருவார். ஜெயங்கொண்டத்திற்குத் திரைப்படங்கள் பார்க்கக் கூட்டிச் செல்வார். இப்படித்தான் அவர் என் மற்ற அண்ணன்களைவிட மனதிற்கு நெருக்கமாகி இருந்தார். இப்போதும்கூட எங்கள் உறவினர்களின் இல்ல விழாக்களில் என் அண்ணனைச் சந்தித்துவிட்டால் இனம் புரியாத அன்பு மேவும். உறவுகளாக இருப்பினும்கூட எல்லோரிடமும் அத்தகைய அன்பு வெளிப்பட்டுவிடுவதில்லை.

ஒரு கோடை விடுமுறையில் அண்ணனோடு பொழுதைக் கழிக்கப் பெரியம்மா வீட்டிற்குச் சென்றிருந்தேன். அவ்வூருக்கான நியாயவிலைக் கடை, ஐந்து கிலோமீட்டர் தொலைவிலுள்ள வாழைக்குறிச்சி என்ற ஊரில் இருந்தது. ரேஷன் அரிசி, மண்ணெண்ணெய் வாங்கி வருவதற்காக அவ்வூருக்குச் சைக்கிளில் புறப்பட்ட அண்ணன், என்னையும் அழைத்துச் சென்றார். நண்பகல் வெயிலில் வியர்வை வழிய அண்ணன் சைக்கிள் மிதிக்க அவரோடு போகும் மகிழ்ச்சியில் சினிமாப் பாடலொன்றை உச்சஸ்தாயியில் பாடிக்கொண்டே செல்கிறேன். வாழைக்குறிச்சி சென்றதும் மர நிழலொன்றில் சைக்கிளோடு சேர்த்து என்னையும் நிறுத்திவிட்டு, உச்சி வெயிலில் வெகுநேரம் வரிசையில் நின்று அரிசி மண்ணெண்ணெய் வாங்கிக்கொண்டு ஊர் திரும்ப ஆயத்தமானோம்.

வரும் வழியில் கடைவீதி ஒன்றில் ஐந்தாறு டீக்கடைகள் வரிசையாக இருந்தன. அதிலொரு கடையில் சைக்கிளை நிறுத்திவிட்டு அண்ணன் இரண்டு இனிப்புப் போண்டாக்களை வாங்கிக்கொடுக்க, ஆசையாக அதைத் தின்றுகொண்டிருந்த எனக்கு விக்கல் எடுத்தது. தண்ணீர் குடிப்பதற்காக டீக்கடையின் உள்ளே சென்று தண்ணீர்ப் பானைக்குள் நீரை எடுத்துக் குடித்துக் கொண்டிருக்கையில் என் அண்ணனோ, ஏதோ ஒருவிதப் பதற்றத்தோடும் பயத்தோடும் டீக்கடைக்காரனிடம் அண்ணே இன்னும் ரெண்டு போண்டா குடுங்க, ரெண்டு டீ போடுங்க என்று தட்டுத்தடுமாறிக் கேட்டுக்கொண்டிருந்தார். அதற்குள் உள்ளே சென்று தண்ணீர் குடித்துவிட்டு நான் வெளியில்

வரவும், என் கையை இறுக்கமாக அழுத்திப் பிடித்துக்கொண்டார். எதற்கு அண்ணன் இப்படிக் கையைப் பிடித்து அழுத்துகிறார் என்று எனக்கோ பெரும் குழப்பமாக இருந்தது. ஒருவழியாக அங்கிருந்து புறப்பட்டு, அண்ணன் கிடுகிடுவென சைக்கிளை மிதிக்க, நான் அவரிடம் எதுவும் பேசாமல் மௌனமாக இருந்தேன். 'தம்பி ஏன் எதும் பேச மாட்ற? எம்மேல எதும் கோவமா?' நான் ஆமாம் என்பதுபோல் தலையாட்ட 'தம்பி அது மேல் சாதிக்காரன் கடை. நாமலாம் தாழ்ந்த சாதி. நாம வெளியில் நின்னுதான் வாங்கிச் சாப்பிடணும். மத்தவங்கபோல உள்ளலாம் போகக் கூடாது. போனா வெளில போடா பற நாயேனு திட்டுவான், ஒன்ன கடைக்காரன் பாத்துடுவான்னுதான் நான் அவன்கிட்ட பேச்சுக் கொடுத்துக்கிட்டே, நீ உள்ள போனத கவனிக்காதபடி சமாளிச்சேன்.'

அண்ணனின் பதிலுக்குப் பின்னிருந்த இயலாமைக்குக் காரணமான தீண்டாமை வன்மத்தை விவரம் புரிந்த பின்னாளில் நினைக்கும்போதெல்லாம், நெஞ்சு கொதிக்கும். கண்கள் கலங்கும். அந்நாளில் அந்தப் பகுதி ஊர்களில் இரட்டைக் குவளை முறை இருந்தது. ஆனால் இன்றைக்கு நிலைமை மாறியிருக்கிறது. தலித் தலைவர்களின் போர்க்குணத்தால் அத்தகைய வன்மச் செயல்கள் சவக்குழிக்குள் புதைந்திருக்கின்றன. இன்னும் புதைக்க வேண்டிய வன்மங்கள் மிச்சம் இருக்கின்றன. புற வன்மத்தை ஒழித்துக் கட்டினாலும் அகத்திலாடும் சாதிப் பேயை விரட்டிட அம்பேத்கர் தந்த அறிவுச் சவுக்கெடுத்துத் துரத்த இன்னும் எத்தனை யுகங்கள் வேண்டுமோ?

திருக்குமரன் கணேசன்

பாரதியின் அம்மா

கவிதைகள் வாசிக்கப் பழகிய மேல்நிலைப் பள்ளி நாட்களில் நெஞ்சுக்கு நெருக்கமானான், பாரதி. நான் சொல்வது பாரதி என்ற பெயர் கொண்ட என் நண்பனைப் பற்றி. நான் பதினொன்றாம் வகுப்புப் படிக்கையில் என் பள்ளித் தோழன் அவன். அவன் விளையாட்டில் தீவிர ஆர்வமுடையவனாக இருந்தான். நானோ சக மாணவர்களுக்கிடையில் பெருங் கவிஞனாய்த் திரிந்துகொண்டிருந்தேன். எங்கள் ஊரிலிருந்து 30 கிலோமீட்டர் தொலைவிலிருக்கும் மீன்சுருட்டி எனும் ஊரிலுள்ள அரசு மேல்நிலைப் பள்ளி அது. மீன்சுருட்டி எங்கள் ஊரிலிருந்து சற்றுத் தூரமாதலால் விடுதியில் தங்கிப் படித்தேன். எங்கள் விடுதியின் எதிரே அழகிய தாமரைக் குளம் இருந்தது. அதன் அருகில் நல்லைய்யா என்ற திரையரங்கம் இருந்தது. இரவுக் காட்சியின் உரையாடல்கள் கேட்கும் தூரத்தில்தான் அத்திரையரங்கம் அமைந்திருந்தது. விடுதிக் காப்பாளருக்குத் தெரியாமல் நூற்றுக்கணக்கான இரவுக் காட்சிகளை நண்பர்களோடு சேர்ந்து பார்த்ததுகூடப் பின்னாளில் நான் சினிமா ஆர்வலனாவதற்குக் காரணமாக இருக்கலாம். கும்பகோணத்திலிருந்து அணைக்கரை வழியாகச் சென்னை செல்லும் முதன்மைச் சாலை விடுதியையும் திரையரங்கையும் பிரித்திருக்கும். அத்திரையரங்கைக் கடந்து சென்றால் பாரதியின் வீட்டிற்குச் சென்றுவிடலாம்.

பாரதிக்கும் எனக்குமான நட்பு, பள்ளியில் நிகழ்ந்த வகுப்புப் புறக்கணிப்புப் போராட்டம் ஒன்றிலிருந்து ஆரம்பமானது. அத்தோடு அவன் என் கவிதைகளின் காதலனாகவும் இருந்தான். அவ்வூரில் செல்வந்தராகவும் அரசியல் செல்வாக்கு மிக்கவராகவும் இருப்பவர்களில் பாரதியின் அப்பாவும் ஒருவர். என் வகுப்புத் தோழர்களில் பெரும்பாலானோர் கள்ளச் சாராயம் காய்ச்சு வதைக் குலத்தொழிலாகக் கொண்டிருப்பவர்கள். அந்நாளில் அரசு மதுபானக் கடைகள் இல்லை. இரவெல்லாம் சாராயம் காய்ச்சுவார்கள். பகலில் பள்ளிக்கு வருவார்கள். சாராய ஊறலைக் கிளறிவிடுவதால் அத்தகைய மாணவர்களின் நக இடுக்குகளில் கறை படிந்திருக்கும். அதை வைத்தே அவர்களைக் கண்டுபிடித்துவிடலாம். அங்குள்ள மாணவர்களில் பலருக்கும் பள்ளிக்கு வருவதென்பது பொழுதுபோக்குத்தான். அப்படிப்பட்ட மாணவர்களுக்கிடையில்தான் பாரதி நெருக்கமாகியிருந்தான்.

பெரும்பாலான நாட்களில் எனது மதிய உணவு அவனது வீட்டில்தான். விடுதிச் சாப்பாட்டிலிருந்து ஒரு வேளை தப்பிப் பிழைப்பதென்பது மனதிற்கு இதமாகவே இருக்கும். பாரதியின் வீடு அவ்வூரிலேயே மிகப் பழமையான வீடு. வழுவழுக்கும் பெரிய மரத் தூண்களைக்கொண்ட முற்றமும் அழகிய வேலைப்பாட்டுடன் கூடிய ஜன்னல்களுமென ஐம்பது மீட்டர் நீளத்திற்கு நீண்டிருக்கும். நாட்டு ஓடு வேய்ந்த வீடு, வாசலிலிருந்து பார்த்தால் ஐந்தாறு நிலைப்படிகள் தெரிய ஒரே நேர்க்கோட்டில் வீட்டின் கொல்லைப்புறத் தோட்டம் தெரியும். வரவேற்பறையில் நீண்ட சந்தன மாலை காற்றிலாடப் பசும்பொன் முத்துராமலிங்கத் தேவரின் புகைப்படமொன்று மாட்டப்பட்டிருக்கும். கொல்லைப்புறத் தொழுவத்தில் விலை உயர்ந்த ஐந்தாறு சீமைப் பசுக்கள் கட்டப்பட்டிருக்கும். அவனது வீட்டுத் தோட்டத்தில் இல்லாத பழ மரங்களே இல்லை எனலாம்.

ஒவ்வொரு முறையும் அவனோடு அவன் வீட்டிற்குச் செல்லும் போதெல்லாம் மதிய உணவோடு சீத்தாப்பழம், கொய்யா, மாதுளை, மா, பலா என ஏதாவது பழங்கள் தின்னத் தருவார்கள். பாரதியின் அம்மா, எப்பொழுதும் இன்முகத்தோடு வரவேற்று உணவு பரிமாறும் விதமே தனியழகாய் இருக்கும். எப்பொழுதும் ஏதாவது பேசிக்கொண்டே இருப்பார்கள். என்னோடு சேர்ந்து இன்னும் சில நண்பர்களும் அவ்வப்போது பாரதியின் வீட்டிற்கு வருவதுண்டு. முற்றத்தின் ஓரம் கால்களை நீட்டி அமர்ந்திருக்கும் அவனது பாட்டி, சதா பாக்கு இடித்துக் கொண்டிருக்கும் சிற்றுரல் சத்தம் கேட்டுக்கொண்டே இருக்கும். அவ்வப்போது கொல்லைப்புறத்தில் வேலையாட்கள்

நடமாடிக்கொண்டிருப்பார்கள். விலை உயர்ந்த நாயொன்று வீட்டினுள் உலவிக்கொண்டிருக்கும்.

பாரதியின் அம்மாவிற்கு அணில் ஒன்றும் சிநேகிதமாகியிருந்தது. சில நேரங்களில் அந்த அணில் அவர்களது தோளில் ஏறி விளையாடிவிட்டுப் போகும். காக்கைக் குருவிகளும் கிளிகளின் ஓசையுமாய் பாரதியின் வீடு அன்பின் உறைவிடமாகவே காட்சியளிக்கும். பாரதியின் அம்மாவிற்கு நான் விடுதியில் தங்கி இருப்பது தெரியும். தனிப்பட்ட முறையில் மற்ற மாணவர்களை விட என்னை அவருக்கு மிகவும் பிடித்திருந்தது. இருந்தபோதிலும் தொடர்ச்சியாக மதிய உணவிற்காக அவனது வீட்டிற்குச் சென்று வருவது தொந்தரவாக இருக்கலாம் என்பதால் சில நேரங்களில் அங்கு செல்வதைத் தவிர்த்துவிடுவேன். உடனே பாரதியிடம் சொல்லி அனுப்புவார்கள். 'ஏன் அந்தத் திருப்பனந்தாள் தம்பி வரல. அவங்கூட எதும் சண்ட போட்டியா பாரதி' என்பார்களாம். பாரதி என்னிடம் சொல்லி வருத்தப்படுவான். 'எங்கிட்ட சொல்லிக்காம எங்கடா போன ஏன் மதியம் வீட்டிற்கு வரல?' எனக் கோபித்துக்கொள்வான். மறுநாள் அவர்கள் முன் நிற்பேன். இப்படியாக ஓராண்டுக் காலம் நிறைவுற்றுப் பதினொன்றாம் வகுப்பு முடித்து விடுமுறைக்கு வீட்டிற்கு வந்தாயிற்று. ஒருமாத காலக் கோடை விடுமுறையில், பாரதியும் அம்மாவும் என்னைப் பார்க்காமல் எப்படி இருப்பார்கள்? எனக்கும் அவர்களைப் பிரிந்து வந்தது வருத்தமாகவே இருந்தது.

விடுமுறை முடிந்து புதிதாகப் பன்னிரண்டாம் வகுப்பில் அடியெடுத்து வைக்கும் பெருமிதத்தோடு தகரப் பெட்டியைத் தூக்கிக்கொண்டு வீட்டை விட்டு மீண்டும் மீன்சுருட்டி கிளம்பியாயிற்று. விடுதியில் பன்னிரண்டாம் வகுப்பு மாணவர்களுக்கான புதிய அறையில் பெட்டியை வைத்து விட்டுப் பள்ளிக்குச் சென்றேன். புதிய பாடப் புத்தகங்களுடன் பொதுத்தேர்வு எழுதவிருக்கும் எங்களுக்கு ஊக்கமும் உற்சாகமும் ஊட்டிய ஆசிரியர்களின் அறிவுரைகள் எதுவும் நிலைகொள்ளவில்லை. மனம் முழுதும் பாரதியின் அம்மாவே வந்துபோனார்கள். அவர்களைப் பார்க்கும் ஆவலோடு மதிய உணவு இடைவேளைக்காகவே காத்திருந்தேன். மணியடித்ததும் பாரதியோடு அவன் வீட்டிற்குச் சென்றேன். என்னைப் பார்த்ததும் கைகளைப் பிடித்துக்கொண்டு நலம் விசாரித்தார்கள். 'லீவ்ல ஒருநாள் வந்துட்டுப் போயிருக்கலாம்ல கண்ணு, வீட்டுக்குப் போனதும் எங்கள மறந்திட்டியா' என்று கேட்ட அந்த அன்பில் உருகிப்போனேன்.

அந்த ஊரைச் சுற்றிலும் முந்திரிக் காடுகளும் பலா மரங்களுமாய் பார்ப்பதற்கே அழகாய் இருக்கும். அது வானம்

பார்த்த பூமி. நிலக்கடலை சாகுபடிதான் முதன்மையான தொழில். பாரதியின் வீட்டில்கூட நிலக்கடலை மூட்டைகள் நிறைய அடுக்கிக் கிடக்கும். பலாப்பழ சீசனில் பலாச்சுளைகளை விடுதிக்குக் கொடுத்தனுப்புவார்கள். இன்றைக்கும் பாரதியின் அம்மாவையும், அந்த ஊரையும், பாரதியின் வீட்டையும், என் அன்பிற்குரிய பாரதியையும் என் நினைவிலிருந்து அழித்துவிட முடியாது.

ஒருநாள் நானும் பாரதியும் வழக்கம்போல் மதிய உணவு சாப்பிட அவன் வீட்டிற்குச் சென்றோம். அன்றைக்கு ஆட்டுக்கறிக் குழம்பு வைத்திருந்தார்கள். அந்த மணத்தையும் சுவையையும் சொல்ல வார்த்தையே இல்லை. நானும் பாரதியும் அருகருகே அமர்ந்து சாப்பிட்டுக்கொண்டிருந்தோம். நான் விரும்பி உண்பதைக் கவனித்த அம்மா கறியை நிறைய அள்ளி வைத்துவிட்டார்கள். 'நல்லா அள்ளி சாப்பிடு கண்ணு, இந்த வயசுலதான் நிறைய சாப்பிடணும். பாரதிய பாரு எப்படி இருக்கான் நீயும் அவனப்போல இருக்கணும்.' நானோ, 'போதும்மா நிறைய சாப்பிட முடியாது' என்று ஒரு பிடி பிடித்துக்கொண் டிருந்தேன். முக்கால் மணிநேர மதிய உணவு இடைவேளையில் பள்ளியிலிருந்து நாங்கள் வந்துசெல்வதற்கே இருபது நிமிடம் கழிந்துவிடும். மீதமுள்ள நேரத்தில் ஆற அமரச் சாப்பிட முடியுமா? அவசர அவசரமாகச் சாப்பிட்டுக்கொண்டிருந்தோம்.

திடீரென்று கொல்லைப்புறத் தொழுவத்திலிருந்து பசு ஒன்று வீறிட்டுக் கத்தியது. 'அம்மா மாட்டுக்குத் தீவனம் வைக்கலயா ஏன் இப்படி கத்துது?' 'மாரிமுத்துக்கு உடம்பு முடியலனு வீட்டுக்குப் போயிட்டான் கண்ணு. நீங்க சாப்புடுங்க நான் போயி வச்சிட்டு வறேன் என்று சொல்லிக்கொண்டே அவர்கள் எழ, 'இல்லம்மா நான் போயி தீவனம் வச்சிட்டு வறேன்' என்று சாப்பிட்ட கையோடு கொல்லைப்புறத் தொழுவத்தை நோக்கி ஓடினான் பாரதி.

அவனைப் பேரன்போடு பார்த்துக்கொண்டே, 'பாரதி ஸ்கூல்ல எப்படி கண்ணு நடந்துக்குறான்?' என்று கேட்டார் அவன் அம்மா. 'அவனுக்கென்னம்மா, அவன தெரியாதவங்க யாருமே இருக்க முடியாது. ஸ்கூல்ல அவன் பெரிய கபடி ப்ளேயர். பசங்க கிட்டலாம் அன்பா பழகுவான். வாத்தியாருங்களுக்குகூடப் பாரதிய ரொம்பப் பிடிக்கும்மா...' சாப்பிட்டுக்கொண்டே சொல்லிக்கொண்டிருந்தேன். தன் மகனைப் பற்றிய பெருமிதத்தோடு என் பதிலைக் கேட்டுக்கொண்டே, 'எல்லாம் சரிதான் கண்ணு... நம்ம பாரதிகிட்ட பிடிக்காத ஒண்ணு அடிக்கடி இந்தப் பறப் பசங்கள வீட்டுக்குள்ள அழச்சிட்டு வந்துடுறான். அது மட்டுந்தான் கொஞ்சம் வருத்தமா இருக்கு...'

என்றார். சொல்லி முடிப்பதற்குள் கடைசியாக அள்ளித் தின்ற சோறு தொண்டைக்குள் சிக்கிக்கொண்டது எனக்கு. நிச்சயம் என்னைப்பற்றி அவருக்குத் தெரிந்திருக்க வாய்ப்பில்லை. தெரிந்திருந்தால் அவர் காட்டும் அன்பு எப்படிப்பட்டதாய் இருந்திருக்கும்? என்னால் யூகிக்க முடிந்தது.

அவசர அவரமாய் நான் கைகழுவி எழுவதற்கும் மாட்டுக்குத் தீவனம் வைத்துவிட்டு பாரதி வருவதற்கும் சரியாக இருந்தது. 'நான் வரதுக்குள்ள அப்படி என்னடா அவசரம்? அதுக்குள்ள சாப்டுட்டியா?' என்றான். 'போதும் பாரதி சாப்ட முடியல' பதறிப்போன பாரதியின் அம்மாவோ, 'என்ன கண்ணு ஆச்சு அதுக்குள்ள எழுந்துட்ட? உடம்புக்கு எதும் முடியலயா? ஏன் முகமெல்லாம் வேர்க்குது அய்யோ புள்ளைக்கு ஆட்டுக்கறி எதும் ஒத்துக்கலயா?' 'அப்படிலாம் ஒன்னுமில்லம்மா... என்னால சாப்ட முடியல. பாரதி டைம் ஆச்சு... சீக்கிரம் சாப்பிட்டுட்டு வா. ஸ்கூலுக்குப் போவோம்' என்ற எனக்கு அந்த நொடி மனசு சரியில்லை என்பது அவனுக்கு எப்படித் தெரியும்?

அடுத்த நாளிலிருந்து நான் பாரதி வீட்டிற்குச் செல்வதை முற்றிலும் தவிர்த்திருந்தேன். தினமும் பாரதி தன் வீட்டிற்கு அழைக்கும்போதெல்லாம் ஏதாவது ஒரு காரணம் சொல்லித் தப்பித்துக்கொள்வேன். ஐந்தாறு நாட்கள் கழித்துப் பொறுமை யிழந்த பாரதி கோபத்தோடு வந்து, சண்டை போட்டான். 'நீ ஏன் வீட்டுக்கு வரமாட்றனு அம்மா, எங்கிட்ட சண்ட போடுறாங்க. உனக்கும் அவனுக்கும் எதும் சண்டையா? ஏன் ஒரு வாரமா அவன் வீட்டுக்கு வரல. அவன பாக்கணும்போல இருக்கு. கண்ணுலேயே நிக்குறான் அழைச்சிட்டு வாடானு சொல்றாங்க, நீ இப்ப வரியா, இல்லையாடா?' பாரதியிடம் நான் என்ன சொல்வதெனச் செய்வதறியாது மௌனமாகி நின்றேன். 'இனி எங்கிட்ட பேசாதடா' எனப் பாரதி எனைவிட்டு, விடுவிடுவென நகர்ந்தான்.

பன்னிரண்டாம் வகுப்பு முடித்து அந்த ஊரை விட்டும் வந்தாயிற்று 'பிறப்பொக்கும் எல்லா உயிர்க்கும்' என்ற வள்ளுவனின் அறிவும் தெளிவும் அந்த அன்புத் தாய்மைக்கு இல்லாமல் செய்தது எது? எனதன்பும் பாரதி மீதான நட்பும் ஏக்கமும் இன்றைக்கும் அப்படியேதான் இருக்கிறது. ஆனால் நான்தான் அவன் மனதில் காலத்திற்கும் நன்றி கெட்டவனாகப் பதிவாகியிருப்பேன்.

குலசாமி கதை

பன்னிரண்டாம் வகுப்பு முடித்துவிட்டு மேற்கொண்டு என்ன படிக்கலாம்? நான் வரலாற்றையும் வணிகவியலையும் முதன்மைப் பாடமாக எடுத்துப் படித்திருந்தேன். பலரும் பல கருத்துக்களைச் சொன்னார்கள். என் குடும்ப உறவுகளிலேயே முதல் பட்டதாரியும் முதல் அரசு ஊழியரும் தமிழாசிரியருமான மறைந்த என் அக்கா கணவரோ பி.பி.ஏ. அல்லது பி.காம். படிக்கச் சொன்னார். கவிதைமீது பித்துக்கொண்டிருந்த நானோ தமிழிலக்கியம்தான் படிப்பேன் எனப் பிடிவாதமாக இருந்தேன். மாமாவோ, இக்கால கட்டத்தில் தமிழுக்கு மதிப்பில்லை; தமிழ் படித்த மாணவர்கள் இலட்சக்கணக்கானோர் வேலைவாய்ப்பின்றித் தவிக்கிறார்கள் என்று சொல்லி எனது முடிவை மாற்றிக்கொள்ளும்படி வற்புறுத்தினார். என் அப்பாவும் அம்மாவும்கூட 'மாமா சொல்வதைக் கேள், ஒரு வாத்தியாருக்குத் தெரியாதா, நீ என்ன படிச்சா நல்லதுனு' என அறிவுரை வழங்கினார்கள். நானோ முடிவில் உறுதியாகஇருந்தேன். ஒரு கட்டத்தில் என் விருப்பமே நிறைவேறியது.

ஒருவழியாகக் குடும்பத்தினைச் சமாளித்து கும்பகோணம் அரசு கலைக் கல்லூரியில் பி.ஏ. தமிழ் படிக்க விண்ணப்பித்தேன். அக்கல்லூரியில் மாமாவின் கல்லூரிக் காலத் தோழரும் நெருங்கிய நண்பருமான இரா. கருணாநிதி தமிழ்த்துறையில் பேராசிரியராக இருந்தார். நான் தமிழ்ப் பாடத்தில் 128 மதிப்பெண்கள் மட்டுமே பெற்றிருந்ததால் பி.ஏ. தமிழ் கிடைப்பது மிகப்பெரும் போராட்டமானது.

எனக்காக அந்தப் பேராசிரியர் துறைத் தலைவரிடம் எவ்வளவோ போராடிப் பார்த்தார். எதுவும் நடக்கவில்லை. 'உங்கள் ரத்த சொந்தம் என்றால் எழுதிக் கொடுங்கள். இடம் தருகிறேன். இல்லையென்றால் என்மேல் வருத்தப்படாதீர்கள்' என உறுதியாகச் சொல்லிவிட மாற்றுச் சாதியைச் சேர்ந்த அப்பேராசிரியரின் முயற்சியும், தோல்வியில் முடிந்தது. பிறகு அவர் எனக்குப் பொருளியல் துறையில் இடம் வாங்கித் தருவதாக உறுதியளித்தார். 'கேட்ட பாடம் கொடுக்கல கொடுத்த பாடம் புரியலனு என்னால படிக்க முடியாதுங்க ஐயா' என மறுத்துவிட்டு, அடுத்த கட்ட முயற்சியாக மாவட்டத் தலைநகரான தஞ்சாவூர்ப் பிள்ளையார் பட்டி சாமி அருள் கலை மற்றும் அறிவியல் கல்லூரியில் பி.லிட், சுயநிதிப் பாடப்பிரிவில் சேர்ந்தாயிற்று. இவ்வளவுக்கும் தமிழுக்குப் புகழ்பெற்ற சைவம் வளர்த்த திருப்பனந்தாள் ஆதீன, செந்தமிழ்க் கல்லூரி, என்னுடைய ஊரிலிருந்து ஐந்து கிலோமீட்டர் தூரத்தில்தான் இருந்தது. ஆனால் எனக்கு விருப்பமில்லை.

என் அப்பாவும் மாமாவும் என்னைக் கல்லூரியில் சேர்த்துவிட்டு, அன்றே தஞ்சை இரயில் நிலையம் வந்து சீசன் டிக்கெட் எடுத்துக் கொடுத்தார்கள். அத்தோடு தனியாக இரயிலேறி வரும்படி சொல்லிவிட்டு அவர்கள் இருவரும் பேருந்தில் வீடு போய்ச்சேர்ந்தார்கள். அதுவரை தூரத்திலிருந்து பார்த்து ரசித்த தொடர்வண்டியில் அன்றுதான் முதன் முதலாகப் பயணம் செய்தேன். அந்நாள் என் வாழ்வில் மறக்க முடியாத நாளாகிப்போனது. என் அப்பா என்னை ஒரு சுதந்திர மனிதனாகவே வளர்த்திருந்தார். அவர் சார்ந்திருந்த திராவிட இயக்கக் கொள்கைகள்கூட அதற்குக் காரணமாக இருக்கலாம். எட்டாம் வகுப்புப் படிக்கும்போதே நான் பெரியார், அண்ணா, கலைஞரைப் படித்திருந்தேன். இப்பொழுதும்கூட எங்கள் வீட்டில் நூற்றுக்கணக்கான திராவிட இயக்கத் தலைவர்களின், எழுத்தாளர்களின் நூல்கள் இருக்கின்றன. எங்கள் ஊரிலேயே அன்றைய நாளில் எங்கள் வீட்டில்தான் டேப் ரெக்கார்டர் இருந்தது. அப்போதெல்லாம் ஒலிச்சித்திரம் கேட்பதற்காகவே, எங்கள் வீட்டுத் திண்ணையில் ஆண்களும் பெண்களும் கூடியிருப்பார்கள். இப்பொழுது சுவரில் மாட்டியிருக்கும் தொலைக்காட்சி குட்டித் திரையரங்கைப்போல வீட்டுக் கூடத்தை மாற்றியிருந்தாலும், அக்கம்பக்கத்து வீடுகளிலிருந்து யாரும் தொலைக்காட்சி பார்ப்பதற்குக்கூட வருவதில்லை.

என் அப்பாவிற்கு என்னைத் திமுகவில் தலைமைக் கழகப் பேச்சாளராக்கிப் பார்க்க வேண்டுமென்பது இலட்சியமாக இருந்தது. பெரியார், அண்ணா, கலைஞர், வைகோ போன்ற தலைவர்களின் மேடைப் பேச்சுகள் அடங்கிய ஒலிநாடாக்களை நூற்றுக்கணக்கில் வாங்கிவந்து வானொலி மாடத்தில் வரிசையாக

அடுக்கி வைத்திருப்பார். அவ்வப்போது எங்கள் வீட்டு டேப் ரெக்கார்டரில் தலைவர்கள் பேசிக்கொண்டிருப்பார்கள். தூக்கத்தில்கூட என் செவிகளில் அவர்களின் குரல்கள் ஒலித்துக்கொண்டே இருக்கும். இத்தகைய ஏற்பாடெல்லாம் அவர் கேட்டு ரசிப்பதற்கு மட்டுமல்ல; எனக்களிக்கும் பயிற்சியது. என் அப்பா, அடிக்கடி என்னிடம் 'நீ வைகோவைப் போலப் பெரிய பேச்சாளராக வரணும்' என்பார். வைகோ கலைஞரோடு முரண்பட்டுத் தனிக்கட்சி ஆரம்பித்த பின்னாளில் வைகோவை எல்லாம் ஒருபோதும் நீ தலைவனாக ஏற்கக் கூடாது என்று சொல்லிவைத்தார். அப்பா திமுக வெறியராக இருந்தார். இவ்வாறு திராவிட இயக்கச் சித்தாந்தம், இளம் வயதிலேயே என்னை ஒரு சிந்தனையாளராக மாற்றியிருந்தது. அம்மரபின் நீட்சியாக நான் இப்போது என் அப்பாவிற்கும் ஏனையோருக்கும் பாபாசாகேப் அம்பேத்கரைப் பற்றிப் போதித்துக்கொண்டிக்கிறேன்.

பள்ளி வாழ்க்கையிலிருந்து விடுபட்ட நான், நிறையக் கனவுகளோடும் எதிர்பார்ப்புகளோடும் தஞ்சைக்குச் சென்றேன். ஊரே வியக்க இரயிலில் பயணித்துக் கல்லூரி சென்ற முதல் மாணவன் நானாகத்தான் இருந்தேன். முதல் நாள், முதல் வகுப்பு. முன்பின் அறிந்திராத மாணவர்கள், கோவில்பட்டி சத்தியமங்கலம், ஈரோடு, திருச்சி, மணப்பாறை, தேனி, திண்டுக்கல், புதுக்கோட்டை, வேதாரண்யம், திருவாரூர் என வெவ்வேறு ஊர்களைச் சார்ந்தவர்களாக இருந்தார்கள். எங்கள் வகுப்பில் என்னையும் சேர்த்து ஆறு மாணவர்களும் நாற்பதுக்கும் மேற்பட்ட மாணவிகளும் இருந்தார்கள். தனியார் கல்லூரிகளில் பி.ஏ., பி.லிட்., போன்ற தமிழ்ப் படிப்புகள் பெருமளவில் முடிவுக்கு வந்துகொண்டிருந்த அந்திமக் காலத்தில் நான் தமிழ் படிக்க வந்திருந்தேன்.

கல்லூரியில் முதல்நாள் முறுக்கிய மீசையோடும் குழைத்து வைத்த சந்தனத்தின் நடுவே குங்குமமும் வைத்துக்கொண்டு நடுத்தர வயதுடைய ஒருவர் வகுப்பிற்குள் நுழைந்தார். பக்தி இலக்கியம் நடத்தப்போவதாகவும் அதற்கு முன் மாணவர்கள் அறிமுகம் செய்துகொள்ள வேண்டுமெனவும் கூறி அறிமுகப் படலத்தைத் தொடங்கிவைத்தார். ஒவ்வொருவரும் பெயர், ஊர், படித்த பள்ளி, கொண்ட இலட்சியம், அதோடு குலதெய்வத்தின் பெயரையும் சொல்ல வேண்டுமாய்க் கட்டளையிட்டார். 'இதுநாள் வரைக்கும் இப்படியொரு அறிமுகத்தைக் கேள்விப்பட்ட தில்லையே. ஊருபேரு இலட்சியமெல்லாம் சரி, குல தெய்வத்தத் தெரிஞ்சிக்கிட்டு என்ன பண்ணப் போறார்?' வடிவேல் காமெடிபோல இருந்தது எனக்கு. ஒவ்வொரு மாணவர்களும் தங்கள் பெயர், ஊர்ப் பெயர், படித்த பள்ளியின் பெயர், எதிர்கால

இலட்சியம் என வரிசையாகச் சொல்லிக்கொண்டே வந்தனர். கூடவே அங்காள பரமேஸ்வரி, அய்யனார், பெத்தனாட்சி அம்மன், மதுரைவீரன், சுடலை மாடன், துலுக்க நாச்சியார், காடுகாத்த கன்னி, கருமாரி என அதுவரை கேள்விப்படாத சாமிப் பெயர்களை எல்லாம் சொல்லிக்கொண்டிருந்தார்கள்.

குலதெய்வத்தின் பெயரைச் சொல்லி முடித்ததும், நீங்க தேவராம்மா, தம்பி நீங்க கள்ளரா, நீங்க வன்னியரா? நீங்க நாடாரா, நீ ஆதிதிராவிடரா, நீ பள்ளரா என ஒவ்வொருவரும் குலதெய்வத்தின் பெயரைச் சொல்லி முடித்ததும் ஜோசியக்காரன்போல அவர்களது சாதிப் பெயர்களைச் சொல்லி வியப்பில் ஆழ்த்தினார். மாணவ மாணவிகளும் அவரை ஏதோ சித்து விளையாட்டுக்காரனைப் பார்ப்பதுபோல வாய்பிளக்கப் பார்த்துக்கொண்டிருந்தனர். எனக்கோ, அவர்மீது சொல்லிலடங்காத கோபம் கொப்பளித்துக்கொண்டிருந்தது. அப்படியே என் முறையும் வந்தது. 'பெயர் க.திருக்குமரன், சொந்த ஊர் திருப்பனந்தாள் அருகே திருலோக்கி என்னும் சிற்றூர். பன்னிரண்டாம் வகுப்பு மீன்சுருட்டி அரசு மேல்நிலைப் பள்ளியில் படித்தேன். என் எதிர்கால இலக்கு கவிஞராவதும் திரைப்பட இயக்குநராவதும்' என்றேன்.

உடனே குறுக்கிட்ட அந்த ஆசிரியர் 'இலட்சியம் என்பது ஒன்றுதான் இருக்க வேண்டும்' என்றார். 'ஐயா அடிப்படையில் நான் ஒரு கவிஞன், திரைப்பட இயக்குநராவது என் இலட்சியம்' என்றேன். என் பதிலைக் கேட்டதும் சில மாணவர்கள் சிரித்தார்கள். அவரும்கூட ஏதோ ஆர்வக் கோளாறைப் பார்ப்பதுபோல் புன்னகைத்துவிட்டு 'சரி குலதெய்வம் என்ன? என்றார். நான் உடனே, 'ஐயா எங்கள் குலசாமி பகுத்தறிவுப் பகலவன் தந்தை பெரியார்' என்றேன். அவரால் மேற்கொண்டு எதுவும் பேசமுடியவில்லை. முகம் கடுகடுத்துப்போனது. மற்றவர்களுக்குக் கண்டுபிடித்ததுபோல அவரால் உடனடியாக என் சாதியைக் கண்டுபிடித்துச் சொல்ல முடியவில்லை. எப்படியும் சேர்க்கையின்போது, கொடுத்திருக்கும் சாதிச் சான்றிதழைத் தேடி அவர் கல்லூரியின் அலுவலகப் பக்கம் அலைந்திருப்பார் என்பது என் எண்ணம்.

அன்றுமுதல் நான் வகுப்பறையில் தனித்துவமானவனாக இருந்தேன். அக்கல்லூரியில் மூன்றாண்டுகள் வரையிலும் மாணவர்கள் மத்தியில் நானொரு கதாநாயகன்போலவே வலம் வந்தேன். என் கேள்விகளுக்குப் பதில் சொல்ல முடியாத விரிவுரையாளர்கள் எல்லாம் எனக்கு எதிரிகளானார்கள். ஆனாலும், என் அறிவை மெச்சும் ஆசிரியர்களும் இருக்கத்தான் செய்தார்கள்.

விண்ணப்பப் படிவம்

செல்வக்குமார், தமிழ்ச்செல்வன், சௌந்தரராஜன், ஐயப்பன், அருண் பிரகாஷ் இவர்களுடன் நானும் என ஆறு பேர்தான் மாணவர்கள். நாற்பதுக்கும் மேற்பட்ட மாணவிகள். வகுப்பறை பெண்களால் சூழ்ந்திருந்தது. எந்தப் பக்கம் திரும்பினாலும் பெண்கள் முகமாகவே காட்சியளிக்கும். வெவ்வேறு ஊரைச் சார்ந்த ஆண்களும் பெண்களுமென அவர்களது வட்டாரப் பேச்சுக்கள் கேட்பதற்கு விநோதமாக இருக்கும். தூத்துக்குடி,கோவில்பட்டி,ஈரோடு,இராஜபாளையம், திருநெல்வேலி, திருச்சி, திண்டுக்கல், வேதாரண்யம், நாகப்பட்டினம், திருவாரூர், திருத்துறைப்பூண்டி, மன்னார்குடி, புதுக்கோட்டை, அறந்தாங்கி எனப் பெரும்பான்மையினர் தொலைதூரத்திலிருந்து வந்து, விடுதியில் தங்கிப் படித்தவர்கள்தான். தமிழ் படிப்பதற்குத் தஞ்சாவூர்வரை வர வேண்டுமா என நான் யோசித்திருக்கையில், பல்வேறு மாவட்டங்களிலிருந்தும் எனது வகுப்பறையில் மாணவ மாணவிகள் இருப்பதைக் கண்டேன். இன்றைக்கு நினைத்தால்கூட வியப்பாகத்தான் இருக்கிறது. அக்கல்லூரி அப்படி ஒன்றும் புகழ்பெற்ற கல்லூரி இல்லை. தஞ்சை நகரில் அப்போதுதான் வேரூன்றி இருந்தது. இருந்தும்கூடத் தமிழ் படிப்பதற்கு இவ்வளவு கூட்டமா எனக் கேள்வி எழும். ஆனாலும் வியந்திடத் தேவையில்லை. முதலும் முடிவுமாய் ஒரு பெருங்கூட்டமாக பி.லிட். தமிழ் படித்தவர்கள் நாங்கள்தான். எங்களுக்குப் பிறகு ஒற்றைப்படை

எண்ணிக்கையில்தான் மாணவர்கள் இருந்தனர் என்பது கல்லூரியின் நிலவரம்.

பிராமணர்களும் பிள்ளைமார்களும் செட்டியார்களும் முதலியார்களும் படித்து, ஆசிரியர்களாக, இலக்கிய விற்பன்னர்களாக உயர்த்தி உச்சாணிக் கொம்பிலேற்றிக் குரங்காட்டம் போட வைத்த தமிழ், இன்று, படிப்பதற்கு நாதியற்றுக் கிடக்கிறது. திருப்பனந்தாள் செந்தமிழ்க் கல்லூரி, கரந்தை தமிழ்ச் சங்கம், திருவையாறு அரசர் கல்லூரி, ந.மு. வேங்கடசாமி நாட்டார் திருவருட் கல்லூரி எனத் தமிழ் வளர்த்த எம்மாவட்டத் தமிழ்க் கல்லூரிகள் எல்லாம் அறிவியல் தொழில்நுட்பப் பாடங்களை விற்று, ஊதிப் பெருத்து உயிர்வாழும் நிலைக்குத் தள்ளப்பட்டுக் கிடக்கின்றன.

கடந்த கால் நூற்றாண்டிற்கும் மேலாகப் பெரும்பான்மையும், தமிழ் படித்த மாணவர்கள் தலித்துகள்தான். தஞ்சாவூர் தமிழ்ப் பல்கலைக்கழகத்தில் முதுகலை, ஆய்வியல் நிறைஞர், முனைவர் பட்டம் பயின்ற, பயில்கின்ற மாணவர்களைச் சாதிவாரியாகக் கணக்கெடுத்துப் பார்த்தால் உண்மை புரிந்துவிடும். நிகழ்காலத்தில் பணத்தையும் புகழையும் தரவல்ல படிப்பெதுவோ அதைத்தான் ஆதிக்க வர்க்கமும் சாதித்த வர்க்கமும் தேர்ந்தெடுக்கிறது. அவர்களது வளர்ந்த பொருளாதாரம் அதற்கு வழிவகுக்கிறது. ஆனால் முதல் தலைமுறையாகக் கல்லூரியில் காலடி வைக்கும் ஒடுக்கப்பட்டவர்களின் பிள்ளைகளுக்கோ கலைப் பாடப் பிரிவுகளே மிச்சமிருக்கின்றன. தமிழ், ஆங்கிலம் அல்லது வரலாறு இல்லையேல் பொருளாதாரமும் அதற்கு இணையான பாடங்களும். அதையும் தாண்டிச் சிந்தித்தால் வணிகவியல் படிப்புகள். சமூகத்தில் நிலவும் சாதித் தீண்டாமைபோல அரசு, தனியார் கலை, அறிவியல் கல்லூரிகளில் இத்தகைய துறைகளெல்லாம் தீண்டத்தகாத துறைகள். இவற்றை முதன்மைப் பாடங்களாக எடுத்துப் படிக்கும் பிள்ளைகள் எல்லாம் உயர்மட்டத்தில் உள்ளவர்களின் பார்வையில் ஒன்றும் தெரியாதவர்கள். சமீப காலங்களில், சுயநிதிக் கல்லூரிகளில் இருக்கும் தமிழ்த் துறைகள் பொதுத்தமிழ்ப் பாடங்களை நடத்துவதற்காகத்தான் இயங்குகின்றன. பி.ஏ.தமிழ், பி.லிட். தமிழ், புலவர் பட்டயம், எம்.ஏ. தமிழ் போன்ற படிப்புகள் எல்லாம் பெருமளவில் காலாவதியாகிவிட்டன. இந்த மாற்றங்களை ஒரு சமூக அழிவாகக் கருதும் ஒரு நல்லரசு அமையும்வரை, தமிழையும் தமிழ் படித்த மாணவர்களையும் அழிவிலிருந்து காப்பது அரிது.

எங்கள் கல்லூரியில் அலுவலக உதவியாளராக ஓர் இளைஞன் இருந்தான். அவன் பெயர் பாஸ்கர், அவன் அண்ணாவின் உயரமும் வைரமுத்துவின் நிறமும் டி. ராஜேந்தரைப் போன்று

நெற்றியில் சரியும் நீண்டு வளர்ந்த தலைமுடியும் உடையவன். அக்கல்லூரியே அவனது தலைமையில் இயங்குவதாகவே நினைத்துக்கொள்வான். சில நேரங்களில் தேர்வறைகளில் வினாத்தாள்களைக் கொடுப்பது, விடைத்தாள்களைச் சேகரிப்பது என விரிவுரையாளர்கள் செய்யும் பணிகளைக்கூட அவன் செய்வான். எந்நேரமும் கல்லூரி வளாகத்தினுள் எங்காவது நடந்துகொண்டே இருப்பான். அவனுக்கும் எனக்கும் நெருக்கமான நட்பிருந்தது. அந்நட்பிற்குக் காரணம் அவன் தரும் சுற்றறிக்கைகளின் நகல்கள்தான். கல்லூரிகளுக்கிடையே கதை, கவிதை, கட்டுரை, பேச்சுப் போட்டியெனச் சுற்றறிக்கை வந்தால் அதை அறிவிப்புப் பலகையில் ஒட்டுவதற்கு முன்பாக நகலொன்றை என்னிடம் தந்துவிடுவான். 'எப்படியும் நம்ம காலேஜ்ல இருந்து இந்தமாதிரி போட்டிகளுக்கெல்லாம் போயிட்டுப் பரிசு வாங்கி வர்றது நீதான். அதான் உனக்காகவே ஒரு ஜெராக்ஸ் எடுத்துகிட்டு வந்தேன் வச்சுக்கோ...' அவனது அக்கறையில் ஒரு சுயநலமுண்டு. அவனது கல்லூரிக்குப் பெருமை சேர்க்கும் எண்ணமது!

ஒருநாள் பேராசிரியர் வீர. சிவக்குமார் வகுப்பில் இலக்கணம் நடத்திக்கொண்டிருந்தார். இலக்கணங்களை இலக்கியமாகவே மனதில் பதியவைக்கும் பேராற்றல் மிக்கர் அவர். மாணவர்கள் எல்லோரும் அமைதியாகக் கவனித்துக்கொண்டிருந்தோம். தன் பரட்டைத் தலையைக் கோதிக்கொண்டே விண்ணப்பப் படிவங்களைக் கைகளில் ஏந்தி, ஆசிரியரின் அனுமதியோடு வகுப்பறைக்குள் நுழைந்தான் அலுவலக உதவியாளனான அந்த இளைஞன். வந்தவன், 'ஸ்காலர்ஷிப் பார்ம்' கொண்டு வந்துருக்கேன். எஸ்.ஸி. பசங்களெல்லாம் எழுந்திருங்க என்றான். ஐம்பது பேர் இருக்கும் அறையில் யாரும் எழுந்திருக்கவில்லை. நம்ம வகுப்பில் யாருமே எஸ்.ஸி இல்லையா? வியப்போடு எழுந்த நான், 'நான் மட்டுந்தான் எஸ்.ஸி. எனக்கொரு விண்ணப்பம் கொடுங்க' என்றேன். நான் விண்ணப்பம் வாங்கிய பிறகுதான் வகுப்பில் உள்ள இருபத்தி ஐந்துக்கும் மேற்பட்ட பெண்கள் எழுந்து 'எங்களுக்கும் கொடுங்க' என்றனர். அப்பொழுதுதான் தெரிந்தது, வகுப்பில் 60 சதவீதம் தலித் மாணவிகள் என்று. 'எல்லோருக்கும் சரியா காது கேட்காதா' என நக்கலடித்துவிட்டு எல்லோரிடமும் விண்ணப்பப் படிவங்களைக் கொடுத்தவன், 'பூர்த்தி செஞ்ச விண்ணப்பங்களை ஒரு வாரத்துக்குள்ள கொடுத்துருங்க' என்று சொல்லிவிட்டுப் போனான்.

தொடர்ந்து இலக்கண வகுப்பை நடத்திக்கொண்டிருந்தார், பேராசிரியர் வீர. சிவக்குமார். வகுப்பில் 60 சதவீதம் தாழ்த்தப் பட்ட மாணவிகள் இருந்தும் ஒருவர்கூட உதவித்தொகைக்கான

விண்ணப்பப் படிவத்தை வாங்குவதற்கு எழவில்லையே என்பதை நினைக்கையில் அவர்களின் அறியாமை மீது வருத்தம் இருந்தாலும், கூனிக்குறுக அவர்களை வெட்கப்பட வைத்திருப்பது எது? அதிகார வர்க்கங்கள் தாழ்த்தப்பட்ட மக்களைப் பன்னெடுங்காலமாக அடிமைகளைப் போல் அடக்கி ஆண்டதன் விளைவாகத்தான் அரசு இத்தகைய சலுகைகளையும் ஒதுக்கீடுகளையும் வழங்கி, செய்த பாவங்களுக்குப் புண்ணியம் தேடிக்கொள்ள முயற்சித்துக்கொண்டிருக்கிறது. இத்தகைய அரசியல் புரிவதற்கு அம்மாணவிகளுக்குச் சில வரலாற்றுப் படிப்பினைகள் தேவைப்படலாம். ஆனாலும் அவர்களது தாழ்வு மனப்பான்மைக்குப் பின்னிருக்கும் வலிகளை உணர முற்பட்டால் சாதி இழிவின், தீண்டாமை வன்மத்தின் தீவிரம் புரியும். எழுத்தாளர் அருந்ததி ராயின் வார்த்தைகளில் சொல்ல வேண்டுமெனில்,

"இந்தியச் சமூகத்தில் சாதி ஒரு புற்றுநோய் என்பேன். நாம் அதைக் கருத்தில் கொள்ளவில்லை என்றால், நமது சமூகம் தொடர்ந்து அழுகிய நிலையிலேயேதான் இருக்கும்."

சொற்களில் தெறிக்கும் வன்மம்

சூரப்ப நாயக்கர் வீடு. எதிர்வீட்டு இளம்பெண் ஆண்டாள், பக்கத்து வீட்டுக் குட்டிப் பாப்பா பாப்பு, எந்நேரமும் எங்களோடு கதைத்துக் கொண்டிருக்கும் அவளது அம்மா, குழந்தைகள் இல்லாத ஐயர் வீட்டு மாமி, குன்றின் மேலிருக்கும் முருகன் கோவில், சூரப்ப நாயக்கரின் வாழைத் தோட்டத்துக் கிணற்றடி, நெடுஞ்சாலைக்குக் குறுக்கு வழிகாட்டும் மாந்தோப்பு, சாலையோர உணவகம், நண்பர்களோடு மட்டைப் பந்து விளையாடிய ஆளுயரக் காட்டுக் கொத்தவரை சூழ்ந்த செம்மண் மைதானம், விநாயகர் கோயிலொன்றின் எதிரே இருக்கும் குளக்கரை, ஊரிலிருந்து சற்றுத் தூரத்தில் ஓடும் நதி, மயில்கள் உலாவும் குன்றுகள், மனதிற்குப் பிடித்த சில இளம் பெண்கள்... கல்லூரிக் கால நினைவுகளின் உச்சமும் மிச்சமும்தான் தஞ்சை பிள்ளையார்பட்டி.

கண்ணன், முகமது ரபீக், இராஜசேகர், குமரேச பெருமாள், சுரேந்தர் சிங், சௌந்தரராஜன், தமிழ்ச்செல்வன், இரா.செல்வக்குமார், மா.மோகன் இவர்களுடன் நானும். சூரப்ப நாயக்கரின் மாடி வீட்டில் முந்நூறு ரூபாய் மாத வாடகையுடன் தினத்தந்தி நாளிதழுக்கான மாதக் கட்டணம் ரூபாய் நூறையும் சேர்த்து மொத்தம் நானூறில் ஆளுக்கு நாற்பத்தி ஐந்துதான் அங்கு தங்கி இருப்பதற்கான

திருக்குமரன் கணேசன்

மாதச் செலவு. கல்லூரியில் படிக்கும் உள்ளூர் நண்பன் சிந்தாமணியின் வீட்டிலிருந்து சமைத்துத் தரும் மூன்று வேளை உணவிற்கும் மாதம் ஆயிரத்தைத் தாண்டாது.

சூரப்ப நாயக்கர் வீட்டிற்குள் நண்பர்களோடு அடைக்கல மானது தனிக்கதை. ஆரம்பத்தில் ஆடுதுறையிலிருந்து தஞ்சைக்குத் தொடர் வண்டியில்தான் கல்லூரி சென்றுகொண்டிருந்தேன். தஞ்சை இரயில் நிலையச் சந்திப்பிற்கு வந்ததும் அங்கிருந்து கல்லூரிப் பேருந்தில் செல்ல வேண்டும். அதற்கும் தனிக் கட்டணம். குறுகிய தண்டவாளப் பாதை, அகல இரயில் பாதையாக மாற்றப்பட்டதால் இரயில் சேவை நிறுத்தப்பட்டது. அதன் பிறகு சில மாதங்கள் ஊரிலிருந்து கல்லூரிக்குப் பேருந்துப் பயணம்தான். வீட்டிலிருந்து அதிகாலையில் புறப்பட வேண்டும். நான்கு பேருந்துகள் மாறிக் கல்லூரிக்குச் செல்ல வேண்டும். கால விரயமும் பொருளாதார நெருக்கடியும் வதைக்க, என் வகுப்புத் தோழர்கள் தமிழ்ச்செல்வன், சௌந்தரராஜன் தயவில் சூரப்ப நாயக்கர் வீடு என்னை அரவணைத்தது.

பிள்ளையார்பட்டி முழுதும் சாதி இந்துக்கள். பிராமணர்கள் தொடங்கி பிற்படுத்தப்பட்டவர்கள்வரை அனைவரும் கலந்து கிடந்தனர். ஆனால் அங்கு தலித் மக்கள் வசிக்கும் சேரி மட்டும் ஊருக்கு ஒதுக்குப்புறமாக இருந்தது. தஞ்சை நகரை ஒட்டிய ஊர் என்பதால் கிராமத்திற்கும் நகரத்திற்குமான பண்புகள் இரண்டறக் கலந்திருந்தன. ஊரின் வீதிகளெங்கும் பாரம்பரிய மான வீடுகள் அழகுகாட்டும். இடையிடையே நவீனக் கட்டமைப்பிலான மாடி வீடுகளும் இருக்கும். அவை நகரமயமாகிக் கொண்டிருப்பதற்கான குறியீடுகளாகக் காட்சியளித்தன. காலை, மாலை வேளைகளில் வீதிகள்தோறும் குழந்தைகள் விளையாடிக்கொண்டிருப்பார்கள். அவ்வூர் மக்கள் வேளாண் தொழிலிலும் நகர்ப்புற வேலைகளிலும் ஈடுபட்டிருந்தார்கள். கோவில் திருவிழாக்கள் வெகு விமர்சையாக நடந்தேறும். ஊரிலிருந்து ஒரு மைல்கல் தொலைவில் தனித்திருக்கும் குன்றின் மேல் உள்ள முருகன் கோவில் எனக்கு மிகவும் பிடித்தமான இடம்.

சூரப்ப நாயக்கர் வீட்டில் தங்கியிருந்த எனது நண்பர்களில் தமிழ்ச்செல்வன், சௌந்தரராஜன், செல்வக்குமார் மூவரும் என் வகுப்புத் தோழர்கள். மோகனைத் தவிர்த்துப் பிற தோழர்கள் கல்லூரி நண்பர்கள். மோகன், மீன்சுருட்டி அரசு மேல்நிலைப் பள்ளி நாட்களிலேயே அறிமுகமாகியிருந்தான். கும்பகோணத்திலிருந்து சென்னை செல்லும் தேசிய நெடுஞ்சாலையில் அணைக்கரையை அடுத்த இரண்டு மைல்கல் தொலைவில் சாலையை ஒட்டியிருக்கும் குழவடையான் என்ற சிற்றூர்தான் மோகனின் ஊர். அவ்வூர் எங்கள் ஊரிலிருந்து பன்னிரண்டு மைல்கல் தொலைவுதான்.

இருப்பினும் கல்லூரியில்தான் எங்கள் நட்பு ஆழமாகியிருந்தது. அத்தோடு அவன், கவிதை குறித்து என்னோடு தீவிரமாக வாயாடிக் கொண்டிருப்பான். தகவல் தொழில்நுட்பம் படித்தவன், தமிழில் தணியாத தாகத்தோடு இருந்தான். என்னிடமிருந்து தமிழ் இலக்கியங்களைக் கற்றுக்கொள்வதில் ஆர்வம் காட்டினான். என் நண்பர்கள் ஒவ்வொருவரும் தனித்த குணாதிசயங்களோடு இருந்தனர்.

எதிரே இருக்கும் கீழ்வீட்டு இளம்பெண் ஆண்டாள், குந்தவை நாச்சியார் மகளிர் கல்லூரியில் இளங்கலை படித்துக் கொண்டிருந்தாள். எங்கள் அறை நண்பன் கண்ணனுக்கும் அவளுக்கும் இனம்புரியாத ஈர்ப்பு இருந்தது. அவள் பக்கத்து வீட்டுக் கைக்குழந்தையைத் தூக்கி வைத்துக்கொண்டு முத்தமிடுவாள், கொஞ்சுவாள். குழந்தைவழி முத்தம் பெற்ற பேரின்பத்தில் மேல்வீட்டு மாடியிலிருந்து கண்ணன் அவளோடு கண்களாலேயே பேசிக்கொண்டிருப்பான். இவ்வளவுக்கும் அவன் சோடாபுட்டி போன்ற 'பவர் க்ளாஸ்' அணிந்துகொண்டு பார்ப்பதற்கு அம்மாஞ்சியாகத்தான் தெரிவான்.

திருச்சி கீரனூரைச் சேர்ந்த குமரேச பெருமாள் தீவிர பக்திமான். அவன் வணங்காத தெய்வங்கள் இல்லை. அந்த வீட்டின் ஒரு அறை முழுதும் அவனுடைய ஆதிக்கத்தில்தான் இருந்தது. காகிதக் கடவுளர்கள் அறையெங்கும் வியாபித்திருந்தனர். பத்தி, சூடம், சாம்பிராணி வழிபாடெனக் காலை மாலைகளில் அவன் கோவில் பூசாரியைப் போல் மாறிவிடுவான். அவனுக்கு நேர் எதிராக நானிருந்தேன். எனக்கு ஆதரவாக மற்ற நண்பர்கள் இருந்தனர். பகுத்தறிவு பேசி அவனை இம்சிப்பது என் அன்றாட வேலைகளில் ஒன்றாக இருந்தது. என் பகடிப் பேச்சு நண்பர்களுக்கு மிகவும் பிடித்திருந்தது. அதற்காகக் குமரேச பெருமாள் என்னைக் கோபித்துக்கொள்ள மாட்டான். மற்ற நண்பர்களைப் போலவே பாசம் காட்டுவான். இராஜசேகர் குன்றக்குடியைச் சேர்ந்தவன். அடிகளார் மடமிருக்கும் அதே வீதியில்தான் அவனது வீடும். அவன் அப்பா பள்ளி ஆசிரியர். அவனோ படிப்பில் பெரிதும் ஆர்வமில்லாதவனாக இருந்தான். வெளிநாடு செல்வது அவனது கனவு. பக்திமான் குமரேச பெருமாளுக்கு அவனுடைய ஆதரவிருந்தது. குமரேச பெருமாளின் இறை நம்பிக்கையில் அவனுக்கும் உடன்பாடிருந்தது.

முகமது ரபீக்கும் சுரேந்தர் சிங்கும் பெரம்பலூரைச் சேர்ந்தவர்கள். இருவரும் நெருக்கமான நண்பர்கள். செல்வக்குமார் கந்தர்வக்கோட்டை அருகே வெள்ளாளவிடுதி எனும் ஊரைச் சேர்ந்தவன். அவனது அப்பா காங்கிரஸில் வட்டாரத் தலைவர். ஊரில் செல்வாக்கான குடும்பம். திருத்துறைப்பூண்டி

தமிழ்ச்செல்வன், வேதாரண்யம் சௌந்தர் தயவில் சூரப்ப நாயக்கர் வீட்டிற்கு நான் வந்ததுபோல் எனது தயவில் செல்வக்குமார் வந்திருந்தான். அறை நண்பர்களுக்குள் கருத்து முரண்பாடுகள் வந்தாலும் சில நிமிடங்களிலேயே காணாமல் போய்விடும். கல்லூரி மாணவர்கள் என்பதால் அந்த ஊரில் எங்கள் மீதான மதிப்பீடும் உயர்ந்திருந்தது. அங்கிருந்த இரண்டாண்டுகளும் என் நினைவுகளில், இன்பப் படிமங்களாக உறைந்து கிடக்கின்றன. என் நண்பர்களும் அப்படியே உணரக்கூடும்.

ஊருக்கு ஒதுக்குப்புறமாக இருக்கும் சேரி மக்கள், நகருக்குச் செல்ல வேண்டுமானால் நாங்கள் தங்கியிருக்கும் வீதியைக் கடந்துதான் செல்ல வேண்டும். ஒருநாள் காலை வேளை, நாங்கள் எல்லோரும் பரபரப்பாகக் கல்லூரி செல்வதற்கு ஆயத்தமாகிக்கொண்டிருந்தோம். அப்போது அருகிலிருக்கும் சேரியிலிருந்து சீருடை அணிந்த பள்ளி மாணவிகளும் நவநாகரீக உடைகளில் கல்லூரி மாணவிகளும் கூட்டமாய் அவ்வீதி வழியே சென்றுகொண்டிருந்தனர். மாடியில் நின்றுகொண்டிருந்த அறை நண்பர்கள் சிலர் அவர்களை ரசித்துக்கொண்டிருந்தனர். அதில் என் அன்பிற்குரிய நண்பன் மோகனும் இருந்தான். அவனும் அவர்களைப் பார்த்து வர்ணித்துக்கொண்டிருந்தான். என்ன நினைத்தானோ திடீரென அருகில் இருந்த குன்றக்குடி இராஜசேகரிடம் 'மச்சான் பறத்தெரு புள்ளைங்கககூட செம்ம அழகா இருக்காளுங்கடா 'என்றான். அருகில் இருந்த நான் அவனிடம், 'பங்காளி, ஏன் பறத்தெரு பிள்ளைங்களாம் அழகா இருக்கக் கூடாதா? அவுங்க எதும் வேற்றுக் கிரகவாசிகளா?' என்றதும்தான் அவனுக்கு நானும் சேரிக்காரன் என்பது நினைவில் வந்தது போலும். உடனே அவன் என் கைகளைப் பிடித்துக் கொண்டு, 'ஸாரிடா பங்காளி நீ இருக்குறத மறந்துட்டு நான் தெரியாம சொல்லிட்டேன்' என்றான். 'நான் இல்லேன்னாலும் நீ எப்படிச் சொல்லலாம்? தாழ்த்தப்பட்டவங்கன்னா அழுக்கா அசிங்கமா இருப்பாங்கனு அர்த்தமா?' என்றேன்.

அவனுக்கு என்ன சொல்வதென்றே தெரியவில்லை. செய்வதறியாது குற்ற உணர்ச்சியில் நின்றுகொண்டிருந்தான். அறை நண்பர்கள் எல்லோரும் என்னைச் சமாதானப்படுத்தினார்கள். அவர்கள் எல்லோருக்கும் நான் தாழ்த்தப்பட்ட வகுப்பினன் என்பது தெரிந்ததுதான். என்னதான் ஒன்றாகப் படித்து ஒரே அறையில் தங்கியிருந்தாலும் சக மாணவர்கள் ஒருவர் சாதியை, மற்றவர் தெரிந்துகொள்ளும் ஆர்வமற்றவர்களாக இருக்க மாட்டார்கள். கல்வி எங்கள் எல்லோரையும் ஒன்றிணைத்து வைத்திருக்கிறது. அவ்வளவுதான். கல்வியால், அகத்திலிருக்கும் சாதிப் பேயை விரட்டிவிட்டு ஒருபோதும் ஒன்று கலக்கவைக்க

முடிவதில்லை. தாமரை இலையும் தண்ணீரும் போல அவர்கள் ஒட்டியும் ஒட்டாமலும் தான் இருக்க வேண்டியிருக்கும்.

கள்ளர் தொடங்கி வெள்ளாளர், செட்டியார், நாயுடு என முகமது ரபீக்கைத் தவிர்த்து என்அறை நண்பர்கள் எல்லோரும் இடைச்சாதி இந்துக்கள். மோகன் வன்னியர் சமூகத்தைச் சார்ந்தவன். தமிழகம் எங்கும் வன்னிய மக்கள் பிற ஆதிக்கச் சாதி இந்துக்களால் தாழ்த்தப்படுபவர்கள்தான். தலித்துகளுக்கும் அவர்களுக்குமான வாழ்க்கை முறையில் வேறுபாடு இருப்பதில்லை. எல்லோரும் விவசாயக் கூலிகளாகவும் உழைக்கும் மக்களாகவும்தான் உழன்றுகொண்டிருக்கிறார்கள். ஆனால் அவர்களையும் உயர்சாதி என்று நம்ப வைத்திருக்கும் சாதிக் கோட்பாட்டை என்னவென்று சொல்ல? தனக்கு மேல் எத்தனை சாதிகள் ஆதிக்கம் செலுத்தினாலும் பிரச்சினை இல்லை, தனக்கும் கீழ் ஒரு அடிமைச் சாதி இருக்கிறதென்றால் அவன் உயர்சாதியாகக் கருதப்படுகிறான். இதுதான் சாதியக் கட்டமைப்பின் அடிப்படைத் தத்துவம். நானும் மோகனும் ஒரே படுக்கையில் உருண்டு ஒரே தட்டில் உணவருந்தினாலும் உள்ளுக்குள் உறைந்து கிடக்கும் சாதித் தீண்டாமை இப்படி வார்த்தைகளில் வெளிப்பட்டுவிடுவதில் அவனுடைய தவறொன்றும் இல்லை. அது மரபில் வேரூன்றி இருக்கும் இந்து மதத்தின் நச்சுத்தன்மையின் வெளிப்பாடன்றி வேறொன்றுமில்லை.

தற்பொழுது முகமது ரபீக், சுரேந்தர் சிங், இராஜசேகர் மூவரும் நல்ல சம்பளத்துடன் வெளிநாட்டிலும், பக்திமான் குமரேச பெருமாள் திருச்சி கீரனூரில் ஜவுளிக்கடை உரிமையாளராகவும், கண்ணன், சென்னையில் தனியார் நிறுவனம் ஒன்றில் உயர் பதவியிலும் சௌந்தரராஜன் பெங்களூரில் ஒரு நிறுவனத்திலும் தமிழ்ச்செல்வன் கோவை தனியார் நிறுவனத்திலும் பணிபுரிகிறார்கள். செல்வக்குமார் டெல்லியில் உள்ள தனியார் நிகர்நிலை மருத்துவப் பல்கலைக்கழகமொன்றில் சேர்க்கைப் பிரிவில் உயர் பதவியில் இருக்கிறான். இதில் பலருக்கும் திருமணமாகி வாழ்க்கை இலட்சியமும் நிறைவேறிவிட்டது. ஆனால் தமிழைச் சிலாகித்த நானும் மோகனும் அடிப்படை வாழ்வாதாரத்திற்கே போராடிக்கொண்டிருக்கிறோம். அவன் பாடலாசிரியர் ஆவதும் நான் இயக்குநராவதும்தான் எங்கள் கனவு. என் கனவு நிறைவேறினால் அவன் கனவு தானாகவே அரங்கேறிவிடும் என்பதில் ஐயமில்லை. இப்போதும்கூட அகத்திலிருந்து தூக்கி எறிய முடியாத வன்மம் நிறைந்த சொற்கள் சில அவனறியாது அவனுள் கனன்று கிடக்கலாம். ஆனால் என் சிறந்த நண்பர்களில் அவனும் ஒருவன் என்பதை மறுப்பதற்கு மனமில்லை.

பறக்கடவுள்

கொல்லுமாங்குடி சீனிவாசன், உவைஸ், மகேஷ் மூவரும் நண்பர்கள். சாமி அருள் கல்லூரியில் எனக்கு சீனியர்கள். மயிலாடுதுறையிலிருந்து அவர்கள் இரயிலில் வரும்போது நான் ஆடுதுறையில் இரயிலேறுவேன். தஞ்சை போகும்வரை பாட்டு, கூத்தெனக் குதூகலப் பயணம் அது. 'சுராங்கனி சுராங்கனி சுராங்கனிக்கா மாலு கண்ணா வா...' இந்தப் பாடலை நான் எங்கு கேட்டாலும் உடனடி யாக உவைஸ், மகேஷ் ஞாபகம்தான் வரும். கல்லூரியில் உவைஸ் பண்ணாத சேட்டைகளே இல்லை. அகல இரயில் பாதை மாற்றத்திற்காக இரயில் நிறுத்தப்பட்டபோது நான் பிள்ளையார் பட்டியில் நண்பர்களோடு தங்கிவிட்டேன். சீனிவாசனும் அவரது நண்பர்களும் மனோஜ்பட்டி யில் ஒரு வீட்டில் தங்கியிருந்தார்கள். அங்குள்ள பிரபலமான பாட்டி மெஸ்ஸில்தான் அவர்கள் சாப்பிட்டுவந்தார்கள்.

சீனியர்களில் சீனிவாசனுக்கும் எனக்கும் மிக நெருக்கமான நட்பிருந்தது. காரணம் கவிதை ஆர்வம். இரயில் பயணத்தில் எழுதும் கவிதை களுக்கு முதல் வாசகன் சீனிவாசன்தான். ஆரம்ப நாட்களில் இரயிலில் சென்று வந்தபோதும் பிறகு பேருந்துப் பயணத்திலும் சீனிவாசனோடுதான் என் பயணம் இருக்கும். சீனுவுக்கு என்னை மிகவும் பிடித்திருந்தது. வெள்ளிக்கிழமை வந்தால் போதும், சனி ஞாயிறு விடுமுறைக்கு அவர்களது அறைக்கு வரும்படி அழைத்து நச்சரிப்பது வழக்கம். 'அப்படி

என்னதான் சீனி உங்க ரூம்ல ஸ்பெஷல்?' என்றால், 'ஒரு நாள் வா ... பாட்டி மெஸ் சாப்பாடு நல்லா இருக்கும். அப்புறம் வாராவாரம் நீயே வந்துடுவ.' எனக்கோ என் நண்பர்களைப் பிரிந்துசெல்ல மனமிருக்காது. ஆனால் ஒருநாள் சீனுவின் அறைக்குச் செல்ல வேண்டுமென ஆசை மட்டும் இருந்தது. தொலைபேசிகளும் அஞ்சல்களும் தொலைந்துகொண்டிருந்த ஆரம்ப நாட்கள் அது. செல்போன் அறிமுகமாகி இருந்தாலும் எல்லோராலும் பயன்படுத்த முடியாத நிலையில் அதன் விலையும் அழைப்புக் கட்டணமும் இருந்தது. அப்போதெல்லாம் ஆசிரியர்களிடம்கூடச் செல்போன் காண்பது அரிது. மணவர்களில் சீனுவிடம் மட்டும்தான் 'நோக்கியா பேசிக் மாடல் மொபைல்' இருந்தது. கல்லூரியில் மாணவர்கள் பெரும்பாலும் சீனுவை 'செல்போன் சீனு' என்றே விளிப்பார்கள்.

சீனுவை என்னால் எளிதில் மறக்க முடியாமல் இருப்பதற்கு ஒரு காரணமிருக்கிறது. முதலாமாண்டு படிக்கும்போது தினமும் கல்லூரி விட்டு இரயிலில் வீடு திரும்புகையில் தஞ்சாவூர் இரயில் நிலையச் சந்திப்பில் கும்பகோணம், மயிலாடுதுறை வழியாகச் சென்னை செல்லும் சோழன் விரைவு வண்டிக்காக இரண்டு மணிநேரம் காத்திருக்க வேண்டும். நான்கு மணிக்குக் கல்லூரி முடிந்து, அரை மணிநேரத்தில் கல்லூரிப் பேருந்து இரயில் நிலையச் சந்திப்பிற்கு வந்துவிடும். அதிலிருந்து ஆறரை மணிக்குத்தான் தஞ்சாவூரிலிருந்து வண்டி புறப்படும். அதுவரை நண்பர்கள் எல்லாம் மாலை நேரச் சிற்றுண்டிக் கடைகளில் புகுந்து பசியாறி வருவார்கள். எனக்கோ பசி வாட்டி எடுக்கும். ஆனால் அவர்களுடன் சேர்ந்து என்னால் பசியாற முடியாது. ஒரு நாளைக்கு எனக்கு இருபது ரூபாய்தான் தருவார்கள். அதில் பத்து ரூபாய் வீட்டிலிருந்து ஆடுதுறைக்கு வந்துபோவதற்கும், மாலையில் கல்லூரி உணவகத்தில் தேநீர் குடிப்பதற்கும்தான் அந்த இருபது ரூபாய். வீட்டிலிருந்து மதிய உணவு எடுத்து வருவேன். இதர செலவிற்கெல்லாம் பணம் தருவது வீட்டில் முடியாத காரியம்.

தினமும் மாலை இரயில் நிலையச் சந்திப்பு வந்ததும் நண்பர்களைப் பிரிந்து நான் மட்டும் ஏதாவது ஒரு நடைமேடைப் பெஞ்சில் போய் உட்கார்ந்துகொள்வேன். நண்பர்கள் சிற்றுண்டி சாப்பிட்டுவிட்டு வந்ததும் அவர்களோடு சேர்ந்துகொள்வேன். பிறகு கூத்தும் கும்மாளமுமாய் வீடு வந்துசேர்வது வழக்கம். இதற்கிடையில் ஐந்து ரூபாய்க்கு, தொடர்வண்டியினுள் விற்கப்படும் ஆப்பிள் சைஸ் சுவாமிமலை கொய்யாப்பழம், பார்த்ததுமே நாக்கில் எச்சில் ஊறும். உப்புச் சேர்த்த காரப்பொடி அதன் சுவையை இன்னும் கூட்டும். நண்பர்கள் வாங்கிச் சுவைப்பார்கள். என் பொருளாதாரம் அதற்கும் தடை போடும். நண்பர்கள்

யாராவது வாங்கிக் கொடுத்தாலும் எனக்குக் கொய்யாப்பழம் பிடிக்காது என்று சொல்லிவிடுவேன்.

இதையெல்லாம் சீனு ஒருநாள் கண்டுபிடித்துவிட்டார். ‘காசு இல்லன்னா என்னடா ... நான் வாங்கித் தாறேன். இனிமே நீ என்னை விட்டு எங்கும் போகாத’ எனக் கண்டித்ததோடு மறுநாளிலிருந்து கல்லூரி விட்டு இரயில் நிலையச் சந்திப்பு வந்ததும் என் கையைப் பிடித்துக்கொண்டு நண்பர்களோடு அழைத்துச் செல்வது வழக்கமானது. தினமும் எனக்காக சீனு செலவு செய்வது வருத்தமாக இருக்கும்; தவிர்க்க முடியாத சூழலாகவும் ஆனது. சில நேரங்களில் சில மனிதர்கள் இப்படித்தான் மற்றவரிடமிருந்து வேறுபட்டு நம்மில் வேரூன்றி விடுவார்கள். சீனுவும் அப்படித்தான். என் கல்லூரிக்கால நண்பர்களில் சீனுவிற்குத் தனித்த இடமுண்டு.

ஒரு பருவத் தேர்வின் முடிவில் விடுமுறைக்கு முந்தைய நாள் எல்லோரும் சொந்த ஊருக்குப் புறப்பட ஆயத்தமானார்கள். சீனு என்னைப் பிடிவாதமாக மனோஜ்பட்டியில் உள்ள அவர்களது அறைக்கு அழைத்திருந்தார். அங்கு அவரது நண்பர்கள் நால்வர் இருந்தனர். அவர்கள் நால்வரும் தேனி, திண்டுக்கல், நாகர்கோவில் பகுதியைச் சேர்ந்தவர்கள். அவர்கள் எல்லோரும் மதிய உணவு முடித்துவிட்டு, சொந்த ஊர்களுக்குப் புறப்படத் திட்டமிட்டிருந்தனர். அதற்குமுன் எல்லோரும் பாட்டி மெஸ்ஸுக்குச் சாப்பிடச் சென்றோம். சீனு சொன்னது உண்மைதான். பாட்டி மெஸ் உணவு சுவையாகத்தான் இருந்தது. அதிலும் மீன் குழம்பு தனிச்சுவையுடன் இருந்தது. சீனு நல்ல உணவுப் பிரியர். தஞ்சை நகரில் தரமான உணவு கிடைக்கும் இடமனைத்தும் சீனுவிற்கு அத்துப்படி. பாட்டி மெஸ்ஸிலிருந்து சீனுவின் அறை ஐந்து நிமிட நடைபயணத் தூரத்தில்தான் இருந்தது. சாப்பிட்டுவிட்டு எல்லோரும் நடக்க ஆரம்பித்தோம். வழியில் ஒரு பெட்டிக்கடையில் நிஜாம் பாக்கு வாங்குவதற்காக நிற்க, முன்னே சென்றுகொண்டிருந்த சீனுவின் நண்பர்கள் இருவரில் ஒருவன், ‘சீனு அப்படியே எனக்கு ஒரு தேங்காயெண்ணெய் பாக்கெட் வாங்கிட்டு வாடா’ என்றான். சீனுவிடம் சில்லறை இல்லை. நான் வைத்திருந்த ஐந்து ரூபாய் வில்லையைக் கொடுத்து இரண்டு ரூபாய்க்கு நிஜாம் பாக்கும் சீனுவின் நண்பனுக்கு ஒரு தேங்காயெண்ணெய் பாக்கெட்டும் வாங்கினேன். ‘திரு அந்தத் தேங்காயெண்ணெய் பாக்கெட்டை எங்கிட்ட கொடு. அவன் தேங்கெண்ணெய் கேட்டா, வாங்கிட்டு வர மறந்துட்டோம்னு சொல்லுவோம். அவனுக்கு எப்படிக் கோபம் வரும்னு பாறேன்.’ பேசிக்கொண்டே இருவரும் அறையை நோக்கி நடந்தோம்.

நானும் சீனுவும் அறைக்குள் நுழைந்ததுமே சீனுவின் நண்பன், 'சீனு தேங்கெண்ணெய் பாக்கெட்ட கொடுடா' 'அய்யய்யோ! ஸாரிடா மறந்துட்டு வந்துட்டோம்.' 'விளையாடதடா சீனு... இப்படியே பரட்டத் தலையோட போனா ஏன்டா பறப்பய மாதிரி வந்துருக்கனு எங்க அப்பா திட்டுவாங்கடா' என்றான். சீனுவிற்கு நான் யார் என்பது தெரியும். அவனிடமிருந்து இப்படி ஒரு பதிலை எதிர்பாராத சீனு என்னைப் பரிதாபமாகப் பார்க்க, 'விடு சீனு நீ ஒன்னும் கவலப்படாத எனக்கு இப்படிப்பட்ட அவமானங்கள் பழகிடுச்சு' என்றேன். நண்பன் சீனுவை ஆற்றுப்படுத்த அப்படிச் சொன்னாலும் எனக்கோ சுகிர்தராணியின் 'இரவு மிருகம்' தொகுப்பில் உள்ள கவிதை நினைவில் வந்தாடியது.

சொல்லுகிறீர்கள்
முதுகு விரியக் காய்ந்தால்
அதன் பெயர் பறவெயில்
உலரும் புழுத்த தானியத்தை
அலகு கொத்தி விரையும்
அது பறக்காகம்
கையிலிருப்பதை
மணிக்கட்டோடு
பறித்துச் சென்றால்
அது பறநாய்
நிலத்தை உழுது
வியர்வை விதைத்தால்
அது பறப்பாடு
சகலத்திற்கும் இப்படியே
பெயர் என்றால்
இரத்த வெறியில் திளைக்கும்
எது அந்தப் பறக் கடவுள்!?

கறி விருந்தும் கவுளி வெற்றிலையும்

இராணி மேரிக் கல்லூரியை இடித்துவிட்டு அங்குப் புதிய அரசுக் கட்டிடம் கட்டுவதற்காகத் தமிழக அரசு முயற்சித்ததைக் கண்டித்துச் சென்னை இராணி மேரிக் கல்லூரி மாணவிகள் பெருமளவில் வகுப்புப் புறக்கணிப்புப் போராட்டத்தை முன்னெடுத்தனர். அவர்களுக்கு ஆதரவாக அனைத்து அரசு கலைக் கல்லூரி மாணவர்களும் மாநிலம் தழுவிய போராட்டத்தில் ஈடுபட்டிருந்தனர். 2003ஆம் ஆண்டு நிகழ்ந்த இச்சம்பவத்தின் எதிரொலியாகக் கும்பகோணம் அரசு ஆடவர் கல்லூரி, மகளிர் கல்லூரி மாணவ மாணவிகள் காலை வேளையில் கல்லூரியில் வகுப்புப் புறக்கணிப்புப் போராட்டம் செய்துவிட்டு நாங்கள் தஞ்சை செல்லும் தொடர் வண்டியில் அவர்களும் வீடு திரும்புவார்கள். வருகின்ற மாணவ மாணவிகள் பெரும்பாலும் பாபநாசம், இராஜகிரி, அய்யம்பேட்டை பகுதிகளைச் சார்ந்தவர்களாக இருப்பார்கள். பாட்டும் கூத்துமாகப் பயணிக்கும் எங்கள் கல்லூரி நண்பர்களோடு அவர்களும் சேர்ந்துகொள்வார்கள்.

மாதக் கணக்கில் அப்போராட்டம் தொடர்ந்ததால் கும்பகோணம் அரசு பெண்கள் கல்லூரி மாணவிகளில் பத்துக்கும் மேற்பட்டோர் எங்கள் கல்லூரி மாணவர்களோடு நட்பாகியிருந்தனர். அவர்களில் பி.ஏ. தமிழ் படித்துக்கொண்டிருந்த

மாணவி ஒருத்தி, நான் தமிழ் மாணவன் என்பதால் என்னிடம் அதிகம் கதைப்பாள். கும்பகோணத்திலிருந்து பாபநாசம் வரை பேசி இம்சித்துக்கொண்டே வருவாள். அவள் நல்ல படிப்பாளி. இலக்கிய ஆர்வமுடையவள். கவிதைகள் குறித்து விரிவாகப் பேசும் ஆற்றல் பெற்றிருந்தாள். நவீன இலக்கியங்கள் குறித்து ஆழமான அறிவுடையவள். சங்க இலக்கியத்திலும் தீவிர வாசிப்புடையவளாகவும் இருந்தாள். தமிழ் படிக்கின்ற எல்லோரும் புலமையுடையவர்களாக மாறிவிடுவதில்லை. பட்டப்படிப்பு என்ற அளவில் படித்து முடித்துக் கூடுதலாகக் கல்வியியலில் பட்டமும் பெற்றுத் தமிழாசிரியராகப் பணிசெய்து கிடப்பதைக் காண முடியும். அவளுக்குப் பணிவாய்ப்புக் கிடைத்தால் திறமையான தமிழாசிரியையாக விளங்குவாள் என்பது என் நம்பிக்கை.

இராணி மேரிக் கல்லூரிப் போராட்டத்திற்குப் பின்பும்கூட, இரயில் சிநேகிதர்களின் சந்திப்பு நிகழ்ந்துகொண்டுதானிருந்தது. கும்பகோணம் சுற்றுவட்டாரக் கோவில்களில் அத்தகைய சந்திப்பு வாரத்திற்கு ஒருமுறை நிகழும். மூன்றாண்டுகளில் எங்களது நட்பு தீவிரமாக வளர்ந்திருந்தது. படிப்பதற்கு நிறையப் புத்தகங்கள் கொடுப்பாள். எல்லாம் தேர்ந்தெடுத்த நூல்களாக இருக்கும். அவளது அண்ணன் தஞ்சையில் கல்லூரி ஒன்றில் ஆங்கில விரிவுரையாளராக இருந்தார். அவளது சித்தப்பா கருவூல அதிகாரியாக இருந்தார். அவளின் இத்தகைய அறிவாற்றலுக்கு அவளது குடும்பச் சூழலும் ஒரு காரணமாக இருக்கலாம். அப்பொழுது நானும் தீவிர இலக்கிய வாசிப்பில் இருந்தேன். நிறையக் கவிதைகளும் எழுதிக்கொண்டிருந்தேன். என்மீதான அவளது தனித்த அன்பிற்கும் நட்பிற்கும் அதுவும் ஒரு காரணம். என்னைப் பற்றித் தனது வீட்டில் பெருமையாகச் சொல்லி மகிழ்வது அவளது வழக்கம். தொலைபேசி உரையாடல்களின் ஊடாக, அவர்கள் நன்கு அறிமுகமாகியிருந்தனர். அவளது அண்ணன் என்மீது மிகுந்த மரியாதை கொண்டிருந்தார். 'தம்பி உன்னோட கவிதைகள் எல்லாம் படிச்சிருக்கேன், நல்லா எழுதுற... ஒருநாள் நம்ம வீட்டுக்கு வா. நிறையப் பேசுவோம் ...' என்பார். அவளது அம்மா, அப்பாவிற்கும் என்னை மிகவும் பிடித்திருந்தது. அவர்களும் தொலைபேசியில் பேசும் பொழுதுகளில் வீட்டிற்கு அழைப்பார்கள். மூன்றாமாண்டின் முடிவில் ஒருநாள் அவளது வீட்டிற்குச் செல்ல வேண்டும் என்று முடிவானது.

கபிஸ்தலம் அருகில் உள்ள சிற்றூர் அது. ஒருபுறம் குடமுருட்டி திருமலைராஜன் நதிகளும் மறுபுறம் காவிரியும் அரவணைத்துச் செல்லும் அழகிய ஊர். அவ்வூரின் நதிப்படுகை

எங்கும் மரவள்ளிக் கிழங்குகளும் கம்பு, சோளம், கேழ்வரகு எனச் சிறு தானியங்களும் விளைந்து நிற்கும். கரும்பும் வாழையும் வயல்வெளிகளை அலங்கரிக்க எழில் கொஞ்சம் சோலையாகவே பச்சைப் பசேலெனக் காட்சி தரும் ஊர் அது. அவ்வூரின் தனிச்சிறப்பே வெற்றிலைக் கொடிக்கால்கள்தான். வாழைத் தோட்டங்களில் ஊடு பயிராக வெற்றிலைக் கொடிகளைப் பயிரிட்டிருப்பார்கள். வெற்றிலைக் கொடிகள் பற்றிப் படர, ஓங்கி வளர்ந்த அகத்திக்கீரை மரங்கள் தலையாட்டி நிற்கும். 'கும்பகோணம் கொழுந்து வெத்தல' என வழங்குவதெல்லாம் அப்பகுதியில் விளையும் வெற்றிலைகளால் வந்த பேர்தான். எனக்குத் தெரிந்து கும்பகோணம் சுற்றுவட்டாரப் பகுதிகளில் அவ்வளவாக வெற்றிலைக் கொடி சாகுபடி இல்லை. பாபநாசம், கபிஸ்தலம், திருவையாறு பகுதிகளில்தான் மிகுதியாக விளைகிறது.

ஒரு மதிய வேளையில் அவ்வூருக்குச் சென்றிருந்தேன். எனை அன்புருக வரவேற்று மகிழ்ந்த அவளது குடும்பத்தினர் தடபுடலான கறி விருந்திற்கு ஏற்பாடு செய்திருந்தனர். எனக்கோ பெரும் வியப்பு. அவ்வீடு புத்தகங்களால் நிரம்பியிருந்தது. வீட்டின் வரவேற்பறையில் வெற்றிலைக் கட்டுகள் அடுக்கப்பட்டு விற்பனைக்காகக் காத்திருந்தன. ஆங்கிலப் பேராசிரியரான அவளது அண்ணன் தனித் தமிழில் உரையாடிக்கொண்டிருந்தார். அவளது பெற்றோர்கள் அன்பின் உறைவிடமாகக் காட்சி தந்தனர். தலைவாழை இலைபோட்டுக் கறி விருந்து படைத்தனர். கனிவோடு குடும்பமே பரிமாறிய விருந்தோம்பலை அதற்குமுன் நான் சங்க இலக்கியத்தில்தான் படித்திருந்தேன். அவர்களது பேரன்பில் மெய்சிலிர்த்து மனமுருக அவர்களை எனது பெற்றோரைப் போலவே பாவிக்கத் தொடங்கியிருந்தேன்.

விருந்து உபசரிப்புகள் முடிந்து, அவளது அண்ணனும் நானும் இலக்கியப் பேச்சில் ஆழ்ந்திருந்தோம். அப்பேச்சு எழுத்தாளர் ஜெயமோகன் பற்றியதாக இருந்தது. அப்போது ஜெயமோகன், திமுக தலைவர் கலைஞரை அவர் இலக்கியவாதி அல்லர் என விமர்சித்துச் சர்ச்சையில் சிக்கியிருந்தார். அதுகுறித்து இருவரும் காரசாரமாகப் பேசிக்கொண்டிருந்தோம். அவர் ஜெயமோகனுக்கு ஆதரவாகவும் நான் கலைஞரின் இலக்கியப் புலமை குறித்தும் வாதிட்டுக்கொண்டிருந்தோம்.

அப்பொழுது வீட்டின் வெளிப்புற வாசலில், 'ஐயா...' என அழைத்தபடி ஒரு வயதான பெண்மணி வந்து நின்றிருந்தாள். உடனே என் தோழியின் அப்பா, ஒரு கவுளி வெற்றிலையைக் கொண்டுபோய்க் கொடுக்க அப்பெண்மணி அவ்வெற்றிலையைத் தன் கைகளால் வாங்கிக்கொள்ளாமல் தன் சேலை முந்தானையை ஏந்தி வாங்கிக்கொண்டாள்.

எனக்கோ அக்காட்சி விநோதமாக இருந்தது. அருகிலிருந்த என் தோழியிடம், 'ஏன் அவுங்க வெற்றிலையை இப்படி வாங்கிக்குறாங்க?' அவள் பதிலேதும் பேசாமல் மௌனித்திருக்க அருகில் அமர்ந்திருத்த அவளது அம்மா, 'தம்பி, அவுங்க பறத்தெரு பொம்பள. நம்ம தோட்டத்துல வேல செய்யுறவங்க... அதான் அப்பா வெத்தல கொடுக்குறாங்க' என்றார்கள்.

என் தோழிக்குத் தூக்கிவாரிப் போட்டது. ஏனெனில் நான் யார் என்பது அவளுக்கு முன்பே தெரியும். கண்களாலேயே என்னிடம் அவள் பாவமன்னிப்புக் கேட்டு மன்றாடிக் கொண்டிருந்தாள். நானோ அவளிடம் என்ன பேசுவதெனத் தெரியாமல் அவள் அண்ணனிடம் தொடர்ந்து இலக்கியம் பேசுவதுபோலநடித்துக்கொண்டிருந்தேன்.முன்பொருமுறை அவள் என்னிடம் வெகுயதார்த்தமாகச் சொல்லிக்கொண்டிருந்தாள் 'நாங்கள் மூப்பனார் சமூகம். ஜி.கே. மூப்பனார்கூட எங்க உறவின் முறைதான். எனக்கு அவர் தாத்தா' என்று. அப்பொழுது நான் அறிந்திருக்கவில்லை இப்படியொரு சம்பவம் நிகழும் என்று.

ஒருவழியாக விருந்தோம்பல் நிறைவுற்று, ஊர் திரும்ப ஆயத்தமானேன். எனக்கும் ஒரு கவுளி வெற்றிலையும், ஒரு சீப்பு கனிந்த வாழைப்பழத்தையும் பேரன்போடு தந்தார்கள். நான் அதைக் கைகளில் வாங்கிக்கொண்டு அங்கிருந்து எனது இருசக்கர வாகனத்தில் புறப்பட்டேன். வழியெங்கும் வெற்றிலைக் கொடிக்கால்கள் தென்பட்டன. அதில் அழுக்குப் படிந்த ஆண்களும் பெண்களும் இலை பறித்துக்கொண்டிருந்தனர். நுரைகள் பொங்கக் காவிரி விரைய அதற்கு முன் நான் ஊர் வந்துசேர்ந்தேன்.

இரண்டாம் ஏவாளின் சில குட்டிக் கதைகள்

முதுகலைத் தமிழிலக்கியம் முடித்து, திரைக்கலைதான் வாழ்க்கையெனச் சென்னைக்குப் புலம்பெயரும் துணிச்சல் எப்படி வந்ததென்று சொல்லத் தெரியவில்லை. திரைப்படக் கல்லூரியில் பயின்று வந்த நாட்களில், சக மாணவர்களுக் கிடையில் இலக்கிய ஆளுமை மிக்கவனாக அறியப்பெற்றேன். முதுகலை படிக்கும்போது, 'நிலவெறிக்கும் இரவுகளில்' என்ற என் முதல் கவிதைத் தொகுப்பு வெளிவந்திருந்தது. கல்லூரி விழாக்களினூடாக, திரைப்படக் கல்லூரியின் அனைத்து மாணவர்களுக்கும் ஆசிரியப் பெருமக்களுக்கும் நன்கு அறிமுகமாகியிருந்தேன். மூன்றாண்டுகளில் என் பங்களிப்பு இல்லாத விழாமேடை அரிது. அக்கல்லூரி மற்ற கலை மற்றும் அறிவியல் கல்லூரிகளைப்போல் அல்லாமல் வேறொரு புதிய அனுபவமாக இருந்தது. ஆசிரியர்கள் தொடங்கி மாணவர்கள் வரை அனைவரும் படைப்பாளர்களாகவும் கலைஞர் களாகவும் இருந்தனர். வாரத்திற்கு ஒருமுறை வியாழக்கிழமைகளில் கல்லூரியின் திரையரங்கில் திரையிடப்படும் புதிய திரைப்படங்கள் குறித்த கலந்தாய்வு நடக்கும். திரையிடப்படும் படங்களின் இயக்குநர்களும் தொழில்நுட்பக் கலைஞர்களும் நடிகர்களும் பங்கேற்பார்கள். புதிய படங்களை

விமர்சித்துப் பேச இரண்டு அல்லது மூன்று மாணவர்களுக்கு வாய்ப்புத் தரப்படும். உறுதியாக அதில் என் பெயரும் இடம்பெற்றிருக்கும்.

துறைத்தலைவர், பேராசிரியர் இரவிராஜுக்கு எனக்கும் நிறையக் கருத்து முரண்பாடுகள் இருப்பினும் படங்களை விமர்சித்துப் பேச அவர் என்னை அழைக்காமல் இருந்ததில்லை. சில சிக்கலான கலந்துரையாடல்களில் நிறைய இயக்குநர்களிடம் நன்மதிப்பையும் சிலரிடம் வெறுப்பையும்கூடப் பெற்றிருக்கிறேன். திரைக்கலையின் இலக்கணத்தைக் கற்றுத் தெளிந்த அகந்தையில், தமிழ் இயக்குநர்களின் தான்தோன்றித்தனமான கதைகளையும், அவர்களின் இயக்கத்தையும் எள்ளி நகையாடும் துணிச்சல் வானளாவ வளர்ந்திருந்தது. இப்போது சிந்திக்கையில் அவற்றையெல்லாம் சரியென்றும் சொல்லிவிட முடியாது. அப்போது, எனைச் சுற்றி ஒரு நட்பு வட்டம் எப்பொழுதும் இருக்கும். அவர்கள் என் சரி தவறுகளைச் சுட்டுபவர்களாக அல்லாமல் என்னைத் தூக்கிவைத்துக் கொண்டாடுபவர்களாக இருந்தனர்.

தஞ்சாவூரில் நான் இளநிலை தமிழிலக்கியம் பயின்ற காலத்தில் என் வகுப்பில், பரீஸ்பேகம் என்ற இஸ்லாமியத் தோழி இருந்தாள். அவள் என் மீதும் என் கவிதைகள் மீதும் அளவற்ற பிரியமுடையவள். அவளுடைய தோழி ஒருத்தி, எப்பொழுதும் என்னைப் பார்வையாலேயே வீழ்த்திக் கொண்டிருப்பாள். அந்நாட்களில் நான் காதல் கவிதைகள் எழுதாமல் எந்த வகுப்பும் நிறைவுற்றது கிடையாது. எழுதும் கவிதைகள் எல்லாம் என் நண்பர்களினூடாக வகுப்பில் உள்ள அனைவருக்கும் சென்று சேர்ந்துவிடும். அவளுக்கும்தான்! துண்டுக் காகிதங்களில் எழுதும் அக்கவிதைகளை எல்லாம் சேகரித்து வைப்பதற்கான கவனம்கூட இல்லாமல் மானாவரியாகத் திரிந்த காலமது.

2004–2005ஆம் கல்வியாண்டில் இளங்கலை முடித்து, திருவாரூரில் முதுகலை சேர்ந்த பின்னாளில், அந்தக் காதலும் அவளும், அவள் நினைவுகளும் காற்றில் கலந்த வாசம்போல மறைந்துபோனது. ஆனாலும் என் அன்புத் தோழி பரீஸ்பேகம் மட்டும் அவ்வப்போது தொலைபேசி வழித் தொடர்பு கொண்டிருப்பாள். ‘திரு, உன்னோட கவிதைகளைப் படிச்சே நான் கவிதைகளோட ரசிகையாக மாறிட்டேன். அப்துல் ரகுமான், மீரா, நா. காமராசன், வைரமுத்து, புதுமைப்பித்தன், கண்ணதாசன் ஏன் பாரதி கவிதைகள்கூடச் சேகரிச்சு வச்சிருக்கேன் ஆனாலும் பிரமிள் கவிதைகள்தான் அதிகமா வாசிக்குறேன். இருந்தாலும் அதுலாம் உன்னோட காதல் கவிதைகளுக்கு ஈடாகுமா?’ என்பாள். ‘புகழ்ந்தது போதும் மேற்கொண்டு என்ன செய்து கொண்டிருக்கிறாய்?’ என்றால், ‘தொலைநிலைக் கல்வியில்

எம்.ஏ. படிக்குறேன். பி.லிட். படிச்சதுக்கே எவனும் கட்டிக்க மாட்றான் ... மேற்கொண்டு எம்.ஏ. முடிச்சிட்டா என்னாகுமோ தெரியல' எனப் புலம்புவாள். அவள் மதம் படுத்தும் பாட்டை நினைத்து அவளுக்காக மனமுருகித் தவிப்பதைத் தவிர வேறென்ன செய்ய?

முதுகலை முடித்து, திரைப்படக் கல்லூரிப் படிப்பிற்காகச் சென்னை வந்த பின்னாளிலும், அவ்வப்போது அவளின் தொலைபேசி அழைப்புகள் வந்துகொண்டிருக்கும். அப்படி ஒருநாள் 2008ஆம் ஆண்டு பிப்ரவரி மாத இறுதியில் என் செல்பேசியில் வந்தவள், திரைப்படக் கல்லூரியின் முகவரி கேட்டாள். முகவரி தந்துவிட்டு ஆவலாக அவளிடம் காரணம் கேட்டேன், 'பிப்ரவரி 25 உன்னோட பர்த்டே வருதுல ... அதுக்கு ரொம்ப காஸ்ட்லியான ஒரு கிஃப்ட் தரப்போறேன். அத நீ பத்திரப்படுத்திக்க.' அன்பொழுகச் சொல்லிவிட்டு அழைப்பைத் துண்டித்துவிட்டாள். அப்படியென்ன காஸ்ட்லி கிஃப்ட்டை அஞ்சலில் அனுப்பப் போகிறாள்?

நானும் ஆவலாகக் காத்திருந்தேன். என் பிறந்த நாளும் வந்தது. சொல்லி வைத்ததுபோலப் பிப்ரவரி 25ஆம் தேதி ஒரு மதியப் பாடவேளையில் உலகின் தலைசிறந்த பத்துக் காதல் திரைப்படங்களில் ஒன்றான 'City Lights' காதல் காவியத்தைப் பற்றி விவரித்துக்கொண்டிருந்தார், பேராசிரியர் இரவிராஜ். அப்பொழுது என் பெயரிட்ட பதிவஞ்சலைக் கொடுப்பதற்கு வந்திருந்தார் அஞ்சல்காரர். வகுப்பிலிருந்து வெளியே வந்த என்னிடம் கையெழுத்து வாங்கிக்கொண்டு அஞ்சலைக் கொடுக்க ஆவலாக அவர் முன்பாகவே பிரிக்கத் தொடங்கினேன். அஞ்சல்காரரோ, 'தம்பி மணியாடர் வரும்போதுகூட முகத்துல இவ்ளோ மகிழ்ச்சிய பார்த்ததில்லையே, ஏதோ புத்தகம் மாதிரி இருக்கு இவ்ளோ மகிழ்ச்சியா பிரிக்குறீங்க' 'ஒன்னுமில்லண்ணே ஊர்ல இருந்து என் ப்ரண்ட் அனுப்பி யிருக்காங்க அதான்' பதில் சொல்லிக்கொண்டே அஞ்சல் உறையைப் பிரித்த எனக்குப் பெரும் வியப்பு! அத்தனையும் பின் அடிக்கப்பட்ட துண்டுக் காகிதங்கள். நூற்று ஐம்பதுக்கும் மேற்பட்ட என் கையெழுத்திலான கவிதைக் கிறுக்கல்கள்.

வகுப்பு முடிந்ததும் மதிய உணவுகூட உண்ணாமல் விடுதிக்கு ஓடிச்சென்று, தாழிட்ட அறைக்குள் தனியாக வாசிக்கத் தொடங்கினேன். அந்தக் காதல் கவிதைகள் என் இளங்கலைக் கல்லூரிக் கால நினைவுகளில் மூழ்கடித்திருந்தன. நிசப்தமான அந்தத் தருணத்தைச் 'சின்ன சின்ன ஆசை சிறகடிக்க ஆசை...' என்ற என் செல்பேசியின் அழைப்பொலி மெலிதாய் அந்த மௌனம் கரைத்து மீட்க, எதிர்முனையில் பரீஸ்பேகம், 'என்

ஆசைக் கவிஞனுக்குப் பிறந்தநாள் நல்வாழ்த்துக்கள். இன்னும் கொஞ்சம் உயரே பறந்து உலகைப் பாடு...' அவள் பேசுவது கவிதைபோல் ஒலித்தது. பேரானந்தத்தில் பேச வார்த்தை யின்றி, அவளுக்கு என் நன்றியை ஒற்றைச் சொல்லில் சொல்லிவிடலாகாதென வார்த்தைகளை அன்பில் குழைத்துக் கொண்டிருந்தேன். 'போதும் போதும்... அந்தக் கவிதைகளை எல்லாம் ஒரு புத்தகமா போடு... அது போதும் எனக்கு...' என் இரண்டாவது கவிதைத் தொகுப்பிற்கு விதை விழுந்தது.

திரைப்படக் கல்லூரி தந்த உறவுகளில், என் மனத்திற்கு நெருக்கமானவன் பால. கணேசன். அவன் ஒளிப்பதிவுத் துறையில் படித்தான். இயக்கம், ஒளிப்பதிவு, படத்தொகுப்பு, படப் பதனிடுதல், ஒலிப்பொறியியல் என அனைத்துத் துறை மாணவர்களுக்குமான பொது வகுப்பில் அவனுடனான நட்பு வளர்ந்திருந்தது. அத்தோடு என் வகுப்புத் தோழனும் சென்னையின் பெருநகர வாழ்வை என் கரம்பிடித்துப் பழக்கியவனுமாகிய எனதன்பு நண்பன் இயக்குநர் வி.சி. நிவாஸின் குழுவில், பால. கணேசன் ஒளிப்பதிவாளராக இருந்தான். ஒவ்வொரு இயக்குதல் பிரிவு மாணவர்களுக்குக் கீழ் பிறதுறை மாணவர்கள் குழுவாக இணைந்து குறும்படங்கள் இயக்குவது திரைப்படக் கல்லூரியின் கல்வி மரபு. ஆதலால் பால. கணேசனோடு அவ்வப்போது என் கவிதைகள் குறித்து உரையாடுவேன்.

அவன் ஒளிப்பதிவுத் துறை மாணவன் மட்டுமல்லன். பிரபலமான கவிஞர்களின் புத்தகங்களின் அட்டைப்பட வடிவமைப்பாளராகவும் இருந்தான். அவன் குடும்பத்தினர் அத்துறையில் ஈடுபட்டிருந்தனர். பா. விஜய், அறிவுமதி, பழனிபாரதி போன்ற கவிஞர்களின் நூல்கள் பெருமளவில் அவர்கள் வடிவமைத்ததே. கவிஞர் அறிவுமதியின் 'தை' கவிதை இதழ்கூட அவர்கள் கைவண்ணத்தில் உருவாவதுதான். பால. கணேசனும் அவனது அண்ணன் பா. கல்யாணசுந்தரமும் கவிஞர் வாலியுடன் நெருக்கமான உறவில் இருந்தனர். கவிஞர் வாலியின் இறுதி நாட்களைத் தமது அன்பினால் தாங்கிப் பிடித்த பெருமைக்குரியவர்கள் இருவரும். அண்ணன் பா. மீனாட்சிசுந்தரம் வளர்ந்துவந்த திரைப்படப் பாடலாசிரியரும்கூட. கவிஞர் பா. விஜய், பால. கணேசனின் குடும்ப நண்பராகவும் இருந்தார். பால.கணேசனோ, கவிதைமீது அளப்பரிய புரிதலும் நூல்கள் வடிவமைப்பில் தீவிரக் காதலும் கொண்டிருந்தான்.

இதையெல்லாம் நான் அறிந்திருந்ததால், என் இரண்டாவது தொகுப்பிற்கான நூலாக்கப் பணியைச் செய்துதருமாறு

கேட்டிருந்தேன். கவிதைகளை வாங்கிப் படித்துவிட்டு, வெளிவந்து பரவலான வாசக வெளிச்சம் பட்டுவிட்டால், தபுசங்கரின் காதல் கவிதைகளைவிடப் பெரிய அளவில் வரவேற்புக் கிடைக்கும் என்று கூறி ஆர்வத்தோடு தட்டச்சு செய்து கொடுத்து, விருப்பமான யாரிடமாவது அணிந்துரை வாங்கிடவும் பணித்தான். அப்போது எங்கள் திரைப்படக் கல்லூரியின் மின்பொறியாளராகத் திரைப்படப் பாடலாசிரியரும், ஆனந்த விகடனின் முத்திரைக் கவிதைகளின் கவிஞர்களில் ஒருவருமான கவிஞர் நெல்லை ஜெயந்தா பணிபுரிந்தார். அன்றைய மாணவர் பேரவைத் தலைவர் மதுரை முனியப்பக்குமார் அவர்களோடு கவிஞரைச் சந்தித்து அணிந்துரை கேட்டேன். கவிதைகளைப் படித்துவிட்டு எங்களை வீட்டிற்கு அழைத்து வெகுநேரம் கவிதை குறித்தும் நவீன இலக்கியங்கள் குறித்தும் உரையாடிவிட்டு, முன்னதாகவே எழுதிவைத்திருந்த ‘காதல் ரேகைகள்’ என்ற தலைப்பிட்ட அணிந்துரையைக் கொடுத்தார். அவ்வணிந்துரை என் கவிதைகளைவிட அழகியலோடும் அர்த்தங்கள் பொதிந்தும் இருந்தது.

கவிஞர் பழமலையின் கல்லூரிக் காலத் தோழரும், நான் முதுகலை தமிழிலக்கியம் பயின்ற திருவாரூர் திரு.வி.க. அரசு கலைக் கல்லூரியில் அலுவலகப் பணியாளராக இருந்த முனைவர் கவிஞர். எழிலவன், நாகை கீவளூரிலிருந்து வையம் என்ற காலாண்டிதழை நடத்திக்கொண்டிருந்தார். தொடர்ந்து அவ்விதழை எனது திரைப்படக் கல்லூரி முகவரிக்கும் அனுப்பிக்கொண்டிருந்தார். அந்த இதழில் எனது கவிதைகளும் வெளிவந்திருக்கின்றன. அந்த அன்பின் நெருக்கத்தில் இரண்டாவது கவிதைத் தொகுப்பு வெளியிடுவதற்கான என் முயற்சியை அவரிடத்தில் பகிர்ந்திருந்தேன். அவரும் கவிதைகளை அனுப்பச்சொல்லி ‘பனித்துளிக்குள் பனைமரம்’ என்ற தலைப்பிட்டு அணிந்துரை தந்தார். சரி இரண்டு அணிந்துரைகள் கிடைத்தாயிற்று, நல்ல பதிப்பகம் பார்த்து மற்றப் பணிகளை முடித்து உடனே வெளியிடுவதற்கான முயற்சிகளை மேற்கொள்ள வேண்டுமென முடிவாயிற்று. ஆனால் ஆண்டுகள் கடந்தும் அந்நூலை இன்னும் வெளியிடவில்லை என்பது வேறுகதை.

அந்த என் கவிதைத் தொகுப்பிற்கு ‘இரண்டாம் ஏவாள்’ எனத் தலைப்பைத் தெரிவு செய்தவன் நீண்டகால நண்பன் ம. மோகன். அவன் மீன்சுருட்டி அரசு மேல்நிலைப்பள்ளியிலும் தஞ்சாவூர் சாமி அருள் கல்லூரியிலும் என்னோடு படித்தவன். ‘சொற்களில் தெறிக்கும் வன்மம்’ என்ற கதையில் இடம்பெறும் அதே மோகன்தான் அவன். என்னுடைய தொடர்பில் கவிதைகள் எழுதப் பழகியதால் இலக்கியத்தின் மீது ஆர்வம் கொண்டு,

பி.எஸ்.சி. தகவல் தொடர்பியல் முடித்துவிட்டு மேற்கொண்டு படிக்காமல் நல்ல ஊதியத்தில் கிடைக்கக்கூடிய பணிகளை உதறிவிட்டு, பெண்ணே நீ, ஆனந்த விகடன், தமிழ் இந்து எனப் பணியாற்றி இன்று அச்சு ஊடகத் துறையில் செய்தியாளராக, எழுத்தாளராக வளர்ந்திருக்கிறான். நேர்த்தியான அவனது கவிதைகளை வாசிக்கும் பொழுதுகளில் நான் பரவசமடைந் திருக்கிறேன். அவனை நினைக்கும்தோறும் என் மனம் மட்டற்ற மகிழ்ச்சியில் திளைக்கும். அவனோடு தஞ்சை பிள்ளையார்பட்டியில் தங்கியிருந்ததும், குன்று மேலிருக்கும் முருகன் கோவிலில் இருவரும் கவிதைகள் எழுதிப் பழகியதும் திரும்பப் பெற முடியாத நாட்கள். அவனுக்குப் பாடலாசிரியர் ஆக வேண்டும் என்ற ஆசை இருந்தது. அதனால்தான் அவன் சென்னைக்கு வந்தான். இருவரும் சென்னையில் சந்தித்துக் கொள்வதுண்டு. திரைப்படக் கல்லூரிக்கு என்னைச் சந்திக்க அவ்வப்போது அவன் வந்துபோவதால் திரைப்படக் கல்லூரி மாணவர்கள் சிலரும்கூட அவனிடம் நட்பாகியிருந்தனர்.

அப்போது, அவன் பெண்ணே நீ மாத இதழின் ஆசிரியர் குழுவில் இருந்தான். அந்த இதழின் ஆசிரியர் ஜெயபாஸ்கரன், நல்ல கவிஞர் என்றும் ஊடகத் துறையில் இருப்பதால் 'இரண்டாம் ஏவாள்' தொகுப்பிற்கு அவரிடம் ஒரு வாழ்த்துரை வாங்கினால் சிறப்பாக இருக்குமென்றும் கூறினான். நானும் அவன் மீதுள்ள அன்பின் நெருக்கத்தால் சரியென்று, அவரைச் சந்திக்க பெண்ணே நீ அலுவலகத்திற்குச் சென்றேன். மாநிலத் தலைமை அலுவலகம் என மாம்பழத்தோடு மருத்துவர் ராமதாஸ், அவர் மகன் அன்புமணியின் முகம் பளிச்சிட்ட பாமகவின் பெயர்ப் பலகை தாங்கிய அலுவலகத்திற்குள் என்னை அழைத்துப் போனான். இன்முகத்தோடு எங்களை வரவேற்ற ஜெயபாஸ்கரன் தேநீர் தந்து நீண்ட நேரம் எங்களோடு உரையாடிக் கொண்டிருந்தார். அவ்வப்போது சுய பெருமையும் பேசினார். பன்னிரண்டாம் வகுப்புவரை மட்டுமே படித்திருப்பதாகவும் காஞ்சிபுரத்தில் குக்கிராமத்தில் பிறந்து இலக்கிய ஆளுமையோடு மருத்துவருக்கு நெருக்கமான தன்னுடைய வரலாற்றையும் ஒப்புவித்தார்.

எனக்கு அப்போதுதான் புரிந்தது. பெண்ணே நீ பாமக நடத்தும் இதழ் என்றும் அதில் பணி புரிபவர்கள் எல்லாம் வன்னியர்கள் என்றும்! அத்தகைய தயவில்தான் நண்பன் மோகனுக்கும் வாய்ப்புக் கிடைத்திருக்குமென என்னால் யூகிக்க முடிந்தது. அதற்குமுன், அந்த இதழ்களை மோகன் கொடுத்து, நான் அதைப் படித்துத் தொலைத்திருந்தாலும் இந்தச் சாதி நேச வரலாறு எனக்குப் பிடிபடவில்லை. மோகன் அழைத்துச்

சென்றிருப்பதால், அவர் என்னையும் வன்னியர் என்றே கருதியிருப்பார்போல. நீண்ட நேரம் அன்பொழுகப் பேசினார். உரையாடலின் முடிவில் என் 'இரண்டாம் ஏவாளை' அவரிடம் தந்து வாழ்த்துரை வழங்குமாறு மோகன் கொடுக்க, அட்டை வடிவமைப்பு, எழுத்துருக்கள் எல்லாம் அழகுற இருக்கின்றன என்றவர், ஓரிரு நாட்களில் கவிதைகளைப் படித்துவிட்டு வாழ்த்துரை தருவதாகக் கூறினார். பின்பு இருவரும் அவரவர் இருப்பிடம் திரும்பினோம்.

ஒருவாரம் கழித்துச் சோகம் தோய்ந்த முகத்தோடும் கையில் 'இரண்டாம் ஏவா'ளோடும் என்னைப் பார்க்க, கல்லூரி விடுதி நோக்கி வந்தான் மோகன். வந்ததும் வராததுமாக, 'பங்காளி அவனெல்லாம் ஒரு கவிஞனா ... காதல் கவிதைகளுக்கு அவர் வாழ்த்துரை தரமாட்டாராம். விடு, வேற பெரிய கவிஞரா பார்த்து வாங்கிக்கலாம்' என்றான். சாதிக்குச் சவுக்கடி கொடுக்கும் என் காதல் கவிதைகள் அவரைத் தீண்டியதன் விளைவுதான், வாழ்த்துப் பெறாமலேயே வசைகள் பெற்று மோகன் திரும்பி யிருக்கிறான் என்பதைப் புரிந்துகொண்ட நான், 'விடு பங்காளி, நெல்லை ஜெயந்தா, கவிஞர் எழிலவனை விடவா அவர் என்னை வாழ்த்திவிடப் போகிறார்? நீ ஒன்னும் வருத்தப்படாத' என்று அவனை ஆற்றுப்படுத்திக்கொண்டே யோசித்தேன். 'அவன் என்ன சாதி? அவன எதுக்கு நம்ம ஆபிசுக்கு அழைச்சிட்டு வந்த?' இப்படிக் கேட்கக் கூடாத கேள்விகளையெல்லாம் அவர் கேட்டிருக்கக்கூடும். பாவம் என் நண்பன் மோகன். என்ன பதில் சொல்லியிருப்பானோ! நண்பனின் தவிப்புணர்ந்ததும் அவன் மீதான அன்பு அளபெடுத்திருந்தது. அவனோ அதிலிருந்து விடுபடும் வழியற்று, வலியோடு ஏதேதோ பேசிக்கொண் டிருந்தான். அப்பொழுது திடுமென வந்த பெருமழை விடுதி ஜன்னல்வழிச் சாரல் வீசிப் பெய்துகொண்டிருந்தது.

அந்த அரபிக் கடலோரம்

ஒரு பயணத்தின் கதை

தேனீக்களாய் உலவும் மனிதர்களை வியந்த வண்ணம், சென்னை மாநகரிலிருந்து முற்பகல் வேளையில் கோவாவை நோக்கிய இரயில் பயணம் தொடங்கியது. சேலம், ஈரோடு, கேரள மாநிலம் பாலக்காடு வழியாக மங்களூர் செல்லும் அதிவேகத் தொடர்வண்டி, தமிழக மலையரசிகளின் தரிசனங்களைக் கண்ட வண்ணம், பகுத்தறிவுப் பகலவன் பிறந்த ஈரோட்டைக் கடந்து ஆதவன் அந்திப் பொழுதில் நர்த்தனமாடும் இனிய வேளையில் கேரள எல்லைக்குள் பிரவேசிக்க மனம் துள்ளியது. மரங்களும் மனித மனங்களும்தான் எத்தனை எத்தனை! வழித்துணையாய் வந்த சக பயணிகளும், வழியெங்கும் வியாபித்திருந்த மரங்களும் ஒவ்வொன்றும் ஓரழகாய், அடர்ந்த வனப்பகுதியில் ஆளரவமற்ற பாதையில், காடு, மலைகளைக் கடந்துபோகிறது இரயில். தொலைந்து போகிறது மனம்.

பாலக்காட்டில் இரவு உணவை முடித்த பிறகு, கர்நாடக மாநிலத்தின் காலைப் பொழுதைத் தரிசிக்கக் கண்களுக்கு ஓய்வு கொடுக்கத் தொடங்கி னேன். தடதடக்கும் இரயிலோசை, தாலாட்டும் கனவுகளோடு புலர்ந்த நல்பொழுது இயற்கை எழில் சூழ்ந்த கர்நாடக எல்லைக்குள் சூரியக் கதிர்கள் ஊடுருவும் முன்பாகப் பெருத்த கம்பீரத்துடன் ஊடுருவிக்கொண்டிருந்தது. அதிகாலைப் பொழுதும் அடர்ந்த வனமும், ஆங்காங்கே பாரதி கேட்டதைப்

போன்ற காணி நிலமும் அற்புதத் தோட்டங்களும், தெருக்களற்ற தனித்தனி வீடுகளுமென அங்கேயே வசிக்கத் தொடங்கியது மனம். இந்த ஆனந்தம் அதிகரித்த வண்ணம், ஆயிரமாயிரம் வண்ணத்துப் பூச்சிகள், நிறங்களைக் கொட்டிவைத்த தொட்டியாய் ஆனது மூளை. கலைகளும் சமூகப் பண்பாடுகளும் மனிதனை இன்னுமின்னும் அழகாய் வைத்திருக்கின்றன. பெரும் மலைகளும் பேரெழில் சூழ்ந்த ஏரிகளும் கொத்துக் கொத்தாய் வளர்ந்து நிற்கும் தென்னைகளும் இன்னும் பெயர் தெரியாத மரம், செடி, கொடிகளும் அதில் பூத்துக் குலுங்கிய பல வண்ணப் பூக்களும் சிதறிக் கிடந்தன, எம் விழிகளில் பட்டுத் தெறித்தன ஒளியின் வெளிச்சங்கள்.

இரவு, ஒரு பகல் பயணித்து மறுநாள் மதியப் பொழுதில் மங்களூர் இரயில் நிலையச் சந்திப்புக்குச் சென்றோம். அங்கு மதிய உணவு முடித்து, அதற்கடுத்து கோவா பயணம். மகாராஷ்டிரா மாநில மலைப் பாதை. தமிழகமெங்கும் பரவலாக மழை பெய்துகொண்டிருந்த வேளை. கோவாவை நோக்கிய பயணப் பொழுதில் சுட்டெரிக்கும் வெயில். ஐந்தாறு மலைக்குகைகளில் ஊடுருவியது தொடர்வண்டி. பத்து நிமிட இடைவெளியில் உலகமே இருளாகிப் பின் பகலாகும் அதிசயம். குகைகளில் எதிரொலித்த தொடர் வண்டியின் பேரிரைச்சலும் நண்பர்களின் பெருங்கூச்சல்களும் எங்களோடு பயணித்த குழந்தைகளை அழவைத்தன. கர்நாடக எல்லையைக் கடந்து மகாராஷ்டிரா எல்லையைக் கடக்கும் வேளை. நாம் பார்த்த நம்மூர் நதிகளெல்லாம் மேற்கிலிருந்து கிழக்காகத்தான் ஓடி மறையும். அங்கே நதிகளெல்லாம் கிழக்கிலிருந்து மேற்கு நோக்கி ஓடிக்கொண்டிருந்தன. யோசித்த பின்புதான் புரிந்தது அது மேற்கில் இருக்கும் அரபிக் கடலால் நிகழும் அற்புதம் என்று. நதிக்கரையெங்கும் வளர்ந்து நிற்கும் தென்னைகள் தண்ணீரில் வளைந்து கிடப்பது பேரழகு.

சர்வதேச நகரம் கோவா. வேடந்தாங்கலுக்கு வந்து செல்லும் பறவைகளைப் போலப் பல்வேறு நாடுகளிலிருந்து வந்துசெல்லும் மாந்தர் கூட்டம். சர்வதேசத் திரைப்பட விழா அந்நகரின் முப்பெரும் திருவிழா! திரைத்துறை சாராத மனிதர்களும் அத்திருவிழாவைக் கொண்டாடி மகிழ்வர். சர்வதேசத் திரைப்பட விழா நடந்த பதினைந்து நாட்களும் பல்வேறு நாட்டினரின் திரைப்படங்களையும், பலதரப்பட்ட படைப்பாளர்களையும் கண்டு ரசித்தோம். அதனினும் இன்ப நிகழ்வு தமிழ்த் திரைப்படத் துறையில் நான் வியந்து நோக்கும் திரைக் கலைஞன் இயக்குநர் மகேந்திரனைச் சந்தித்தது. திரையரங்கிற்குள் செல்லும் அவசர கதியில் நடிகர்

சரத்பாபு இயக்குநர் மகேந்திரனை அறிமுகம் செய்துவைக்க, சில நொடிப்பொழுதில், பதில் வணக்கத்தோடு ஒரு மெல்லிய புன்னகை வீசி அவர் சென்றுவிட, நண்பர்களோடு இருள்சூழ்ந்த அரங்கிற்குள் சென்று, ஒரு ஈரானிய சினிமாவில் கலந்தாயிற்று. ஆயினும் அந்த அரபிக் கடலோரம் ஓர் கலையழகைக் கண்டுணர்ந்த பேரின்பம் நெஞ்சைவிட்டு நீங்கவில்லை. மறுநாள் பனாஜி சந்தை வீதியில் நண்பர்களுடன் சென்றுகொண்டிருக்கையில் இயக்குநர் மகேந்திரனை மீண்டும் சந்தித்ததில் பெருமகிழ்ச்சி. எளிதில் எங்களை அடையாளம் கண்டுகொண்ட அவர் திரைத்துறை பற்றி எங்களோடு பேசத் தொடங்கினார்.

எப்போதும் ஈரப்பதம் நிறைந்த தட்பவெப்ப நிலையுடன் அழகு மிகுந்த கோவா நகரைத் தழுவிய எழில்கொஞ்சும் மலைகள், இருபத்தியொரு ஜொலிக்கும் கடற்கரைகள், ஏரிகள், பவளப் பாறைகள், கடற்பாசிகள். அத்தண்ணீர் தேசத்தின் குடிகளெனப் பெருமிதமாய் நீந்தும் கிளி மீன்கள், தேவதை மீன்கள், அணில் மீன்கள், பட்டாம்பூச்சி மீன்களெனக் கடல்வாழ் உயிரினங்கள் அம்மண்ணின் இயற்கையழகு. தமிழகக் கிராமப்புறக் கடைவீதிகளில் இருக்கும் டீக்கடைகள்போலச் சாராயக் கடைகள். நவநாகரீகமாக உச்சரிக்கப்படும் ஒயின் ஷாப்புகள். அவ்வளவு மலிவு விலை மதுபானக் கடைகள் இருந்தும் குடித்துவிட்டுப் புலம்புவோரையோ மது மயக்கத்தில் தெருவில் தள்ளாடுபவர்களையோ பார்க்க முடியவில்லை. அழகு ததும்பும் பல்வேறு வடிவிலான மதுப் புட்டிகள், கலைப் பொருட்களைப் போலவே மதுபானக் கடைகள் எங்கும் அடுக்கி வைக்கப்பட்டிருக்கும். அதிகமான முந்திரிக் காடுகளைத் தன்னகத்தே கொண்டுள்ள கோவாவில் முந்திரிப் பருப்புகளால் செய்யப்படும் விதவிதமான திண்பண்டங்கள், முந்திரிப் பழச்சாற்றில் தயாரிக்கப்படும் மதுபான வகைகள் அங்கே பிரபலம். எல்லாவற்றிற்கும் மேலாக ஆதவன் அந்திசாயும் அழகைக் காணக் கோடிக் கண்கள் வேண்டும். சூரியனை விழுங்கிக் கொள்ளும் கடலின் ஆனந்தத் தாண்டவம் அலையலையாய்ப் பரவும். கடலின் காட்சியும் செவ்வானமெங்கும் படர்ந்திருக்கும் மேகத் தாரகைகளும் அழகின் இரகசியம்.

பதினைந்து நாள் திரைத் திருவிழா முடிந்து, பதினாறாம் நாள் கோவா நகரிலிருந்து புறப்படுவதற்கு நள்ளிரவு 12 மணிக்குத்தான் தொடர்வண்டி. ஆகவே அன்றைய பொழுதை அங்கேயே கழிக்க நினைத்து வாடகைப் பேருந்து ஒன்றில் பாகா கடற்கரைக்குச் சென்றோம். பேருந்திலிருந்து இறங்கிய நண்பர்கள், குழுக்குழுவாகப் பிரிந்து சென்றனர். அப்படி நான்கு பேர் அடங்கிய குழுவில் நானுமிருந்தேன். கலைப்

பொருட்களும் மதுபானக் கடைகளும் நிரம்பிய ஒரு வீதியின் முடிவில் கடற்கரையின் நுழைவாயில் தென்பட்டது. முதலாவதாக அக்கடற்கரை மணலில் காலடி பதித்த எங்கள் குழுவை இந்தி கலந்த ஆங்கிலத்தில் இந்திய சினிமாவின் வில்லன்போலத் தோற்றம் கொண்ட வாலிபனொருவன் வரவேற்றான். நாங்கள் தமிழர்கள் என்பதை அறிந்ததும், மலையாளம் கலந்த தமிழில் தொடர்ந்து பேசத் தொடங்கினான். 'சார் மசாஜ் செய்யணுமா 500 ரூபாய்தான் நல்ல கம்பெனி தருவாங்க' என்றான். பளிச்சென்று புரிந்தது அவன் பலான ஆளென்று. ஏதோ ஒருவிதத் தயக்கத்துடன் அவனைக் குறுகுறுக்கப் பார்த்துக்கொண்டிருந்த நண்பர்களின் தயக்கத்தைப் புரிந்துகொண்ட அவன், எங்களை அழைத்தான். நண்பர்களும் அப்படி என்னதான் நடக்கும் போய்ப் பார்க்கலாம் என்ற முடிவுக்கு வர அவன் பின் செல்லத் தொடங்கினோம்.

ஐந்து நிமிட நடைக்குப் பின் அழகிய வேலைப்பாடுடன் அமைந்த ஒரு குடிலருகே அழைத்துச் சென்றான். அதே போன்று பல குடில்கள் கடற்கரை நெடுகக் காட்சி தந்தன. அவற்றையெல்லாம் அவன் 'பிரிட்டோஸ்' என விளித்தான். அதில் ஒரு சில குடில்களுக்கு முன் வெள்ளை நிற மனிதர்கள் உள்ளாடை மட்டுமே அணிந்துகொண்டு உல்லாசமாகச் சூரிய குளியலில் திளைத்திருந்தனர். எங்களை அழைத்துச் சென்றவனோ எங்கள் நால்வருள் ஒருவரை மட்டும் உள்ளே சென்று பார்த்துவரச் சொன்னான். ஆர்வ மிகுதியில் முதலில் உள் சென்ற மதுரைக்கார நண்பனொருவன், 'சொரட்ட டிக்கட்டுப்பா...' என்றபடி வெளியே வந்தான். அடுத்து திருநெல்வேலி நண்பனொருவன் உள்ளே சென்று, 'எலே இதுக்காலே 500?' என்றான். அவனை அடுத்து பார்த்துவிட்டு வந்த கடலூரைச் சேர்ந்த நண்பனொருவன் எள்ளல் தொனிக்க, 'மச்சி பறச்சியாட்டம் இருக்காடா...' என்று கூறிவிட்டு, சடுதியில் சுதாரித்து எனைப் பார்க்க, கோபத்தில் அவனைச் சுட்டெரித்த என் பார்வையைக் கண்டு அசடுவழிய என் கரம் பற்றினான். அவன் பிடியை உதறிவிட்டு அந்தக் குடிசைக்குள் சென்று பார்த்தேன்.

இருபது வயதுத் தோற்றமுடைய மாநிறத்தில், இளம் பெண்ணொருத்தி இளைக்கவும் இல்லாமல் கொழுக்கவும் இல்லாமல் இரண்டிற்கும் இடைப்பட்டவளாய் முக்காலி ஒன்றில் அமர்ந்து அலங்காரம் செய்துகொண்டிருந்தாள். அவளெதிரே வளையல், பூ, பொட்டு, வாசனைத் திரவியங்கள் என ஏராளமான அலங்காரப் பொருட்கள் வைக்கப்பட்டிருந்தன. அந்தச் சிறிய அறைக்குள் அழகிய படுக்கை ஒன்றும் அமைக்கப்பட்டிருந்தது. அரையிருட்டில் அவள் என்னை நோக்கினாள். குற்ற உணர்ச்சி பெருந்தீயாய்ப் பற்றிக்கொள்ள, கூனிக் குறுகியது

நெஞ்சம். கடலூர் நண்பனின் உடல் தோற்றத்தோடும் முக அழகோடும் ஒப்பிடுகையில் அவனைவிட அவள் பேரழகிதான். ஒரு வழியாக அவனிடம் பிறகு வருகிறோம் என்று கூறிவிட்டு, நண்பர்களின் எள்ளலோடு அவ்விடம் விட்டு நகர்ந்தோம்

இன்னுமிருக்கின்ற குடிசைகளிலெல்லாம் வாழ்வைத் தொலைத்த பெண்கள் எண்ணிக்கையில் எத்தனையோ. புத்தகங்களிலும் திரைப்படங்களிலும் அறிந்த இத்தகைய பெண்களின் நிலையை முதன்முறையாக நேரில் பார்த்து உணரத் தொடங்கினேன். அத்தோடு நண்பனின் வார்த்தைகளில் வெளிப்பட்ட சாதி இழிவும் மனதைக் காயப்படுத்தியிருந்தது. அலை அலையாய்ப் பொங்கிய அரபிக் கடலில் நண்பர்களோடு நீராடத் தொடங்கினேன். சிப்பிகள் பொறுக்கினேன். நண்பர்களோடு பேருந்து ஏறினேன். மீண்டும் ஒரு நெடிய தொடர்வண்டிப் பயணத்திற்குப் பிறகு ஊர் வந்துசேர்ந்தோம். எல்லாப் பொழுதிலும் என்னைப் பின்தொடர்கின்றன சொற்களில் தெறிக்கும் வன்மங்கள்.

பறச்சியின் கதை

திரைப்படக் கல்லூரியில் துறைத் தலைவராகவும் முதல்வராகவும் இருந்து ஓய்வு பெற்றவர் பேராசிரியர் இரவிராஜ். அவர் நடிகரும்கூட. துறைத்தலைவராக, கல்லூரியின் முதல்வராக, நடிகராக அவர் என்னை அவ்வளவாகக் கவர்ந்தவரல்லர். அவருக்கும் எனக்கும் நிறையக் கருத்து முரண்பாடுகள் எழும். இந்த முரண்பாடுகளுக்கெல்லாம் முழுக் காரணமானவன் வகுப்புத் தோழன் இயக்குநர் வி.சி. நிவாஸ்தான். எப்பொழுதும் நாங்கள் இருவரும் கல்லூரியில் சேர்ந்தேதான் இருப்போம். அவன் செய்வதற்குமான எதிர்வினைகள் என்னையும் தாக்கும். அவனுக்கும் இரவிராஜுக்கும் நிறைய வாக்குவாதங்கள், சண்டைகள் நடக்கும். அவன், அவரைத் துளியும் மதிக்க மாட்டான். கல்லூரியிலும் வகுப்பறையிலும் அவரைப் பெரிதும் அவமதிப்பான். வடசென்னையின் 'லோக்கல்' தமிழ் பேசும் அவனை அவருக்கும் ஒருபோதும் பிடிக்காது. அவன்மீதான அவரது கோபம் காரணமின்றி என்னையும் பாதிக்கும்.

'திருக்குமரன், நீயெல்லாம் பெரிய இயக்குநரா வரணும். அவங்கூட சேர்ந்தா அரசியல்வாதியாத்தான் வருவ' என்று பலமுறை என்னைக் கண்டித்திருக்கிறார். ஆனால் யாருக்காகவும், நான் நண்பனை விட்டுக்கொடுத்ததில்லை. ஒருமுறை சர்வதேசத் திரைப்பட விழாவிற்காகக் கோவா சென்ற இரயில் பயணத்தில் பொறுப்பாசிரியராகப் பேராசிரியர் இரவிராஜும் வந்திருந்தார்.

அந்தப் பயணத்தில் நிவாஸ் அவரை மரியாதையின்றிப் பேசியதைப் பொறுத்துக்கொள்ள முடியாமல் அவனோடு சண்டை போட்டுச் சில மாதங்கள்வரை பேசாமலிருந்தேன். ஆனாலும் பேராசிரியர் இரவிராஜ் எங்கள் இருவரையும் ஒரே அளவீட்டில்தான் மதிப்பிடுவார். என் வாழ்வில் நான் சந்தித்து வியந்த மகோன்னதமான கதைசொல்லி பேராசிரியர் இரவிராஜ்தான். கதைகளைக் காட்சிப்படுத்தி விவரிக்கும் அவரது நுட்பம் வேறு யாருக்கும் வாய்க்காத வரம். ஆயிரம் பேர் கூடியிருக்கும் அரங்கத்தைக்கூடத் தன்வசப்படுத்தி விடும் வல்லமை பெற்றவர். பத்து நாள் அவருடைய வகுப்பைக் கூர்மையாகக் கவனித்தால் போதும், ஒரு நல்ல இயக்குநராகி விடலாம். அவ்வளவு எளிமையாகவும் இனிமையாகவும் திரைக்கோட்பாட்டையும் தொழில்நுட்பங்களையும் விவரிப்பார். திரைக்கலை குறித்த அனைத்துப் பாடங்களும் அவருக்கு அத்துப்படி. தன் வாழ்வையே திரைக்கலைக்காக அர்ப்பணித்து வாழ்பவர். உலக சினிமாக்களின் கதைகளை, அவர் சொல்லக் கேட்டு வியந்து அத்தகைய படங்களைத் தேடிப் பார்க்கும்போது, அவர் சொன்ன கதையே மேலோங்கி நிற்கும். அவரது மொழியாளுமை அத்தகையது. அவரிடம் திரைக்கலை பயின்றதைப் பெரும்பேறாகக் கருதுகிறேன். என் கல்லூரிக் கால வாழ்வில் மறக்க முடியாத பேராசிரியர்களில் அவருக்கும் தனித்த இடம் உண்டு.

கவிதை வாசிப்பில் ஈடுபாடுகொண்டிருந்த எனக்குத் திரைப்படக் கல்லூரி நாட்களில்தான் நாவல்களையும் சிறுகதைகளையும் வாசிக்கும் பொறுமை வாய்த்தது. நாவல்களும் சிறுகதைகளும் பலதரப்பட்ட வாழ்வையும் மனிதர்களையும் நம்முள் கடத்திவிடும் வல்லமை பெற்றவை. அவை படைப்பிற்கும் அதன் நேர்த்திக்கும் வழிவகுப்பவை. அப்படித்தான் ஒருமுறை ஜெயகாந்தனின் ஒரு பயணக் கட்டுரை ஏற்படுத்திய விளைவாலும் என் மனதிற்கு நெருக்கமான கவிதாயினி சுகிர்தராணியின் 'இரவு மிருகம்' கவிதைத் தொகுப்பு ஏற்படுத்திய தாக்கத்தாலும் ஒரு சிறுகதை எழுதி அதற்குத் திரைக்கதை அமைத்துக் குறும்பட மாக்கத் திட்டமிட்டிருந்தேன்.

அப்போது நான் திரைப்படக் கல்லூரியின் இறுதியாண்டு இயக்குதல் துறை மாணவன். இறுதியாண்டு மாணவர்கள் குறும்படம் இயக்குவது கல்லூரியின் மிக முதன்மையான செய்முறைத் தேர்வுகளில் ஒன்று. மதிப்பெண்களுடன் மத்திய மாநில அரசுகளின் விருதையும் பெற்றுத் தருவதற்கான வாய்ப்புள்ள ஒரு பயிற்சி அது. மிக நேர்த்தியாகத் திரைக்கதை எழுதி அதற்கு 'பறச்சி' எனத் தலைப்பிட்டு, இக்கதையைத்தான்

குறும்படமாக இயக்கவிருக்கிறேன் என்று துறைத்தலைவரிடம் விவரித்தேன். திரைக்கதையை வாங்கிப் பார்த்த மாத்திரத்தில் 'என்னது பறச்சியா?' முகம் சுருங்கிக் கோணலானது அவருக்கு. 'தம்பி இது அரசு நிறுவனம். சாதி பற்றிலாம் வெளிப்படையாப் பேச முடியாது' என்றார்.

'ஐயா, சின்னக் கவுண்டர், பெரிய கவுண்டர் பொண்ணு, தேவர் மகன், மறுமலர்ச்சி (இராசு படையாச்சி) என நேரடியாகச் சாதிப்பெருமை பேசிய படங்கள் தமிழக அரசின் வரி விலக்கோடும், தணிக்கைத் துறையின் அனுமதியோடும் வெளிவந்திருக்கிறது. 'பறச்சி' என்ற இந்தக் குறும்படக் கதை அந்தச் சமூகத்தின் உன்னதமான பண்பாட்டைத்தானே பேசுகிறது. இதிலென்ன சிக்கல்?' என்றேன். 'காரணம்லாம் சொல்லிகிட்டு இருக்க முடியாது. ஒருபோதும் நான் இதை அனுமதிக்க முடியாது' என்றார்.

அதற்குமேல் அவரிடம் பேச ஆர்வமற்றுப் பிறகு 'கல் மடந்தை' என்ற கதையெழுதிக் குறும்படமாக்கினேன். அதில் நடித்த என் முதல் கதாநாயகன் பேராசிரியர் விட்டல்நாத் அவர்களின் திடீர் மரணத்தால் அப்படம் முழுமைபெறாமல் என் கனவு பாதியிலேயே கலைந்துபோனது. ஆனால் அந்த ஆண்டில் நான் உரையாடலும் பாடலும் எழுதிய என் சக வகுப்புத் தோழன் சுரேஷ்குமாரின் 'கருக்கு' என்ற முதிர்கன்னியின் வாழ்வைச் சித்திரித்த குறும்படம்தான் கோவாவில் நடைபெற்ற சர்வதேசத் திரைப்பட விழாவில் 'இந்தியன் பனோரமா' வழங்கிய சிறப்பு விருதிற்குத் தேர்வாகி, விமானப் பயணத்தோடு ஐந்து நட்சத்திர விருந்துடன் விருதையும் பெற்றுத் தந்தது.

இப்போதும் என் 'பறச்சி' திரைக்கதையாகவே இருக்கிறாள். அவள் படமாகி, எந்த விழாவிற்குச் சென்றாலும், வெற்றியோடுதான் திரும்புவாள். இவ்வுண்மை பேராசிரியர் இரவிராஜுக்கும் தெரிந்திருக்கக்கூடும். ஆதிக்கச் சாதியினரின் கதைகளை இலக்கியத்திலும் கலைகளிலும் பேசினால் அது கொண்டாட்டத்திற்குரியதாக மாறிவிடுகிறது. கடைச்சாதி மனிதர்களின் கதைகளைப் பேசினால் அது தலித் இலக்கியம், தலித் கலை, தலித் சினிமா என்று ஒதுக்கிவைத்துப் பார்க்கப்படுகிறது.

ஆனந்த விகடனைக் கிழித்தெறிந்த அறை நண்பன்

வடபழனி சிவன்கோவில் அருகிலிருக்கும் 'லெட்சுமி அப்பார்ட்மெண்ட்' குடியிருப்பகம். திரைப்படக் கல்லூரி முடித்து, உதவி இயக்குநராகப் பணிபுரிந்துகொண்டிருந்த ஆரம்ப நாட்களில் அங்கு தங்கியிருந்தேன். ஐந்தாவது மொட்டை மாடியில் கட்டப்பட்டிருந்த சிறிய அறை. ஐந்தாறு திரைத்துறை நண்பர்கள் தங்கியிருந்தோம். எங்கள் அறையின் பக்கத்து அறை 'மௌனகுரு' திரைப்பட இயக்குநர் சாந்தகுமாரின் அறை. இரண்டாவது மாடியில் 'களவாணி' திரைப்பட இயக்குநர் சற்குணம் இருந்தார். சிவன்கோவில் வீதியில் ஸ்டண்ட் நடிகர்கள் சங்கம் இருக்கும். நீண்ட முடி வைத்து ஆஜானுபாகுவான நடிகர்கள் அலைந்து கொண்டிருப்பார்கள். கோடம்பாக்கம், வடபழனி, சாலிகிராமம் சினிமாக்காரர்களின் ஆதிக்கம் நிறைந்த பகுதி என்பது யாவரும் அறிந்த ஒன்றே. இன்றைக்கு, அதன் எல்லை விரிந்திருக்கிறது.

எங்கள் அறையின் ஜன்னல்வழியே பார்த்தால் அருகில் இருக்கும் மகளிர் விடுதி தெரியும். துணி காய வைப்பதற்கும், செல்பேசியில் கதைத்துக் கொண்டே உலாத்துவதற்கும் மொட்டை மாடிக்கு வரும் இளம் பெண்களைக் குறுகுறுப்பதுதான் அறை நண்பர்களின் பொழுதுபோக்காக இருந்தது. அந்த அறைக்கு மாத வாடகை பன்னிரண்டாயிரம். ஆறு நபர்களும் அதைப் பங்கிட்டுத் தர வேண்டும். என்

நண்பர்கள் எல்லோரும் வசதி படைத்தவர்களாக இருந்தார்கள். நானும் எங்கள் ஊருக்கு அருகிலிருக்கும் ஊரிலிருந்து என்னோடு திரைப்படக் கல்லூரியில் படித்த மகேஷும் ஏழ்மையின் பிடியில் சிக்குண்டிருந்தோம். சில மாதங்களில் குறிப்பிட்ட தேதியில் எங்கள் இருவரில் யாரோ ஒருவர் மாத வாடகை கொடுப்பதில் கால தாமதமாகிவிடும். அறை நண்பர்கள் யாராவது அப்பணத்தைக் கூடுதலாகப் போட்டுத்தான் மாத வாடகை கொடுக்க நேரிடும். நாங்கள் இருவரும் எங்கள் திரைப்படக் கல்லூரித் தோழன் திண்டுக்கல் இராமச்சந்திரனின் தயவில்தான் இருந்தோம். அந்த அறையில் இருந்த திரைத்துறை அல்லாத வேறொரு நண்பர் எங்கள் இருவரையும் அந்த அறையிலிருந்து விரட்டிவிடுவதிலேயே குறியாக இருந்தார்.

எங்கள் இருவரையும் காரணம் காட்டி அவர்கள் எல்லோரும் வேறு அறைக்கு மாறினார்கள். அவர்களோடு அன்பு நண்பன் இராமச்சந்திரனும் சென்றுவிட்டான். சூழல் புரிந்து அந்த அறையை விட்டு வெளியேறி, இருவரும் ஊர் வந்து சேர்ந்தோம். அப்பொழுது எங்கள் கீழ் அறையில் சில நண்பர்கள் பழக்கமாகியிருந்தனர். அவர்கள் சினிமா நண்பர்கள் அல்லர். தனியார் நிறுவனங்களில் பணிபுரிபவர்கள். ஒரத்தநாடு பகுதியைச் சார்ந்தவர்கள். அவர்களின் தயவில் அவர்களது அறையில் மகேஷ் தங்கிக்கொண்டான். அவர்களிடம் பேசி, சில நாட்கள் கழித்து என்னையும் அழைத்துக்கொண்டான். நானும் அவர்களோடு ஐக்கியமானேன்.

அ. மணிவண்ணன் என்ற முன்னாள் திரைப்படக் கல்லூரி மாணவர் எண்பதுகளில் படித்தவர். 'காஜிமார் தெரு' என்ற திரைப்படத்தை எடுக்கத் திட்டமிட்டிருந் தார். அப்படத்தில் நான் உதவி இயக்குநராக இருந்தேன். அத்திரைப்படத்தின் எழுத்துப் பணிகளும் கதை விவாதமும் நடந்துகொண்டிருந்தன. அத்திரைப்படத்தின் அலுவலகம் விருகம்பாக்கத்தில் இருந்தது. வடபழனியிலிருந்து தினமும் விருகம்பாக்கம் செல்ல வேண்டும். அலுவலகம் சென்று வந்தால் பயணச் செலவிற்குத் தினமும் நூறு ரூபாய் தருவார்கள். அதில்தான் மூன்று வேளையும் சாப்பிட வேண்டும். சில நாட்களில் அதுவும் தரமாட்டார்கள். வேறு வழியில்லாமல் சில படங்களிலாவது, உதவி இயக்குநராகப் பணியாற்ற வேண்டும் என்ற கட்டாயத்தில் அங்கு சென்றுகொண்டிருந்தேன். மகேஷ் ஒரு திரைப்படத்தில் உதவி ஒளிப்பதிவாளராக இருந்தான். காலையில் சென்றால் இருவரும் இரவுதான் அறைக்குத் திரும்புவோம். ஞாயிறு மட்டும்தான் அறையிலிருப்போம். நாங்கள் தங்கியிருந்த லெட்சுமி அப்பார்ட்மெண்ட் அருகில்,

'பதினெட்டுத் தீக்குச்சி' குறும்படம் எடுத்த திரைப்படக் கல்லூரித் தோழன் தம்பி மணிமாறனின் அறை இருந்தது. அவனுடன் அப்படத்தின் ஒளிப்பதிவாளர் இராஜாவும் தங்கியிருந்தான். அவன், ஒளிப்பதிவாளர் நட்டியின் உதவியாளராகவும் இருந்தான். இருவரும் என்மீது அளவு கடந்த அன்புடையவர்கள். பெரும்பாலான ஞாயிறுப் பொழுதுகள் அவர்களது அறையில்தான் கழியும்.

வடபழனி முருகன் கோவிலிலும் சிவன் கோவிலிலும் தரும் பிரசாதங்களும் அன்னதானங்களும்தான் பெரும்பாலான நாட்களில் எங்கள் பசி தீர்த்தன. தினமும் மாலை நேரங்களில் சிவன்கோவில் வளாகத்திற்குச் சென்று வெகுநேரம் சினிமா குறித்துக் கதைத்துக்கொண்டிருப்போம். சில நாட்கள் பசியும் பட்டினியுமாகத்தான் நகரும். புதிய அறையில் தங்கி இருந்தவர்கள் எல்லோரும் ஒரே ஊரைச் சேர்ந்தவர்கள். ஒரத்தநாட்டுக்காரர்கள். எல்லோரும் சாதி இந்துக்கள். குறிப்பாக முக்குலத்தோர். அவர்கள் நட்பாகத்தான் பழகினார்கள். திரைத்துறையில் இருப்பதால் எங்கள்மீது அவர்களுக்கும் மதிப்பு இருந்தது. நாங்கள் எங்கள் வறுமையை அவர்களிடம் காட்டிக் கொண்டதேயில்லை. இந்த அறையிலாவது சுயமரியாதையோடு இருந்தாக வேண்டும் என்பதால் நாங்கள் இருவரும் மாத வாடகைப் பங்கைச் சரியான நேரத்தில் எப்பாடுபட்டாவது கொடுத்துவிடுவோம்.

அந்த அறையில் சிவா என்றொரு நண்பன் இருந்தான். அவன் 'களவாணி' திரைப்பட இயக்குநர் சற்குணத்தின் ஊர்க்காரன். உறவினனும் கூட. வாரம் தவறாமல் ஆனந்த விகடன் படிப்பது எனது வழக்கம். அப்பொழுது 2012 ஜூலை மாத ஆனந்த விகடன் வார இதழ் ஒன்றில் விடுதலைச் சிறுத்தைகள் கட்சித் தலைவர் தொல். திருமாவளவன் அவர்களின் நேர்காணல் அட்டைப் படத்துடன் வெளியாகியிருந்தது. வடபழனி சிவன்கோவில் அருகிலுள்ள பெட்டிக்கடையில், ஆனந்த விகடனை வாங்கிக் கொண்டு அறைக்குச் சென்றேன். அப்புத்தகத்தை அங்கிருந்த மேசைமீது வைத்துவிட்டு, உடை மாற்றிக்கொண்டிருந்தேன். சிவா என்ற அந்த அறை நண்பன் அவசர அவசரமாய் ஆனந்த விகடனை எடுத்து அட்டைப் படத்தைக் கிழித்தெறிந்தான். எனக்குச் சுரீரெனக் கோபம் தலைக்கேறியது. அவன் சட்டையைப் பிடித்து, 'எதுக்குடா புத்தகத்த கிழிச்ச' என்றேன். 'என்ன நண்பா புத்தகத்த கிழிச்சதுக்கு இவ்ளோ கோபப் படுறீங்க?' என்றான், நான் 'முதல்ல கிழிச்சதுக்கான காரணத்த சொல்லு' என்றேன். 'பறப்பயல அட்டையில போட்டுருக்கானுங்க. இவன்லாம் ஒரு ஆளா?' என்றான். அவனுக்குத் தெரிந்திருக்க வாய்ப்பில்லை,

நானும் பறையன்தான் என்று. நான் சிரித்துக்கொண்டே, ‘ஊர்ல உங்களுக்கு நிலமிருக்கா?’ என்றேன். ‘என்ன நண்பா சம்பந்தமில்லாம கேள்வி கேக்குறீங்க?’ என்றான். ‘சும்மா சொல்லு’ என்றேன். ‘பத்து, பதினைந்து ஏக்கர் இருக்கும் நண்பா’ என்றான். ‘அவ்ளோ நிலத்திலும் வேல செய்யுறது யாரு?’ என்றேன். ‘எல்லாம் ஊர்ல இருக்குற பள்ளு பறையனுவதான்’ என்றான். ‘இவ்ளோ சாதி வெறியோட இருக்க நீங்க அவுங்க கைப்பட்டு விளையுற சோத்த திங்கறதுக்குப் பதிலா பீயைத் திங்கலாம்ல...’

அவன் பதிலேதும் இல்லாமல் வாயடைத்து நின்றான். நான் பெட்டி படுக்கையைத் தூக்கிக்கொண்டு பக்கத்திலிருந்த மணிமாறன் அறையை நோக்கி நடந்துகொண்டிருந்தேன்.

வீரப் படையாச்சியும் விளையாட்டுப் பேச்சும்

ஊர்ப்புறங்களில், தலித் முதியவர்களைக் கூடப் பெயர் சொல்லி அழைப்பதுதான் சாதி இந்துக்களின் வழக்கம். இதில் சிறுவர், சிறுமியர், அவர்கள் வீட்டுப் பெண்கள் எனச் சகலரும் அடக்கம். அத்தகைய சாதித் திமிர் பழக்கப்பட்டுவிடும். நான் சிறுவனாக இருக்கும்போது என் வயதையொத்த சாதி இந்துக்களின் பிள்ளைகள் எங்கள் தெரு முதியவர்களைப் பெயர் சொல்லி அழைக்கும்போது எனக்குக் கோபம் கொப்பளிக்கும். ஆனால் அக்கோபத்தை வெளிப்படுத்தும் திறனற்றுத் தலை குனிவதைத் தவிர வேறு வழி இருக்காது. ஆனால் பெரும்பாலும் இன்றைய இளைய தலைமுறை தலித் இளைஞர்களை அப்படி, எந்தச் சாதி இந்துக்களின் குழந்தைகளும் பெயர் சொல்லி அழைத்துவிட முடியாது. அண்ணன், தம்பி, வாங்க, போங்க என மரியாதையாகத்தான் அழைக்க முடியும். மாமன் மச்சான் உறவாகிக் கிடப்பது வேறு கதை. வரலாறு மாறக்கூடியதுதானே?

சாதி வெறியர்களைவிட, நான் சாதி பார்ப்ப தில்லை என்று சமத்துவம் பேசிக்கொண்டு திரிபவர்களே பெரும் சாதி வெறியர்கள். போகிற போக்கில் 'தம்பி நீங்க அந்தத் தெருப் பையனா? பரவாயில்லையே... அந்தத் தெருவுல இருந்துகிட்டு இவ்ளோ படிச்சிருக்கீங்க... வெரிகுட்' என்ற பாராட்டுக்களில் ஒளிந்திருக்கிறது வன்மம். வாய்ப்புக்

திருக்குமரன் கணேசன்

கிடைக்கும்போதெல்லாம், அந்த வன்மம் சொற்களில் தெறித்து விழும்.

பள்ளிகள் தொடங்கிப் பணியிடங்கள்வரை பாமர தலித்து களை மட்டுமல்ல படித்து உயர் பதவி பெற்றவர்களையும்கூடத் தீண்டாமை நவீன வடிவமெடுத்துப் பின்தொடர்ந்து கொண்டுதான் இருக்கிறது. சாதிய வன்சொற்களால் நவீனத் தீண்டாமைக்கு ஆட்பட்ட ஐ.ஏ.எஸ்., ஐ.பி.எஸ். அதிகாரிகள் உண்டு. சமீபத்தில் சென்னை உயர் நீதிமன்ற நீதிபதி ஒருவர்கூட உச்ச நீதிமன்றத்தில் அத்தகைய குற்றச்சாட்டை முன்வைத்ததை நாடறியும். தலித் தலைவர்கள் மனம் வருந்திப் பேசிய நேர்காணல் பதிவுகள் இருக்கின்றன. சாதனையாளர்களுக்கே இந்நிலை என்றால் சாமானிய தலித் மக்களின் நிலை என்னவென்று யோசிக்கத் தேவையில்லை. எல்லா இடங்களிலும் எல்லா நிலைகளிலும் சாதி வெறி வெளிப்பட்டுவிடும். நானறிந்தவரை சாதி தலைதூக்காத இடங்கள் இரண்டு. ஒன்று மதுபானக்கூடம்; மற்றொன்று விலைமாதர் உறைவிடம். இவ்விரண்டு இடங்களிலும் மீசை முறுக்கிகளில் தொடங்கி முழங்கால் தட்டிகள்வரை சமத்துவத்தோடு உலாவுவதைக் காண முடியும்.

எங்கள் ஊரின் அருகில் இருக்கும் சிற்றூர் சிவபுராணி. முன்பொரு காலத்தில் அவ்வூரில் பெரும்பாலான சாதி இந்துக்கள்தான் செல்வந்தர்களாக இருந்தனர். ஆனால் இன்று தலித்துகள்தான் அவ்வூரில் வசதி படைத்தவர்களாக மாறியிருக்கின்றனர். பொருளாதார மாற்றம் சில அடிப்படைச் சாதியக் கட்டமைப்புகளைத் தகர்த்தெறிந்திருந்தாலும் தீண்டாமை வன்மம் தீர்ந்தபாடில்லை. அது ஏதோ ஒருவிதத்தில் நவீன வடிவமெடுத்து விடுகிறது. அவ்வூரில் எஸ்.வி. பாஸ்கர் என்ற நண்பர் எனக்குண்டு. அவர் வன்னியர் சமூகத்தைச் சார்ந்தவர். என்மீது அளவு கடந்த அன்புடையவர். என்னோடு ஒரே தட்டில் சாப்பிடுவார். வெளியூர் சென்றால் ஒரே அறையில் பக்கத்தில் படுத்துறங்குவார். அவர் அகத்திலாடும் சாதித் தீண்டாமை எவ்விதத்திலும் என்னிடம் எடுபடாது. அதற்காக அவர் அதை வெளிப்படுத்தாமலும் இருந்ததில்லை. அவரது வன்மம் எப்போதும் விளையாட்டுப் பேச்சாகத்தான் வெளிப்படும். அவ்வப்போது, ‘நாங்க வீரப் படையாச்சி உங்க ஊர்ல இருக்குற வலப் படையாச்சிங்ககூட கொண்டு கொடுப்பினை வச்சிக்க மாட்டோம்’ என்பார். அடிக்கடி இப்படி சாதிப் பெருமை பேசுவது அவருக்குப் பேரின்பம். கேலிபண்ணி அவரை ‘வாங்க ஆண்டை, சௌரியமா ஆண்டை’ என்றால் போதும்... பூரிப்படைவார். அவருடைய தீண்டாமை, வன்மம் எல்லாம் எதிராளி கோபப்பட்டுவிடாத அளவிற்கு மிக மென்மையாகவே

வெளிப்படும். அவரது பகடிப்பேச்சு அதற்குக் கைகொடுக்கும். அதற்கான என் எதிர்வினையும் அப்படியே இருக்கும். நிறைய தலித் இளைஞர்களோடு பழகக்கூடியவர் என்றாலும், அவருடைய ஒவ்வொரு சந்திப்பிலும் சாதி பற்றிய பேச்சிருக்கும். தவிர்க்க முடியாமல் தலித்துகளோடு பழகினாலும் இன்றைய, சாதியக் கட்டுடைப்புகள் ஏதோ ஒருவிதத்தில் அவரைப் பாதிப்பதன் விளைவுதான் அவர் பேச்சில் சாதிப் பெருமையாக இழையோடிக் கொண்டிருக்கிறது.

திருமணத்திற்கு இலவச இணைப்பாக வந்த நீல வண்ண பிளாட்டினா பைக்கில் 108 எனப் பெரிய எழுத்தில் 'ஸ்டிக்கர்' ஒட்டியதன் விளைவாகச் சுற்றுவட்டாரப் பகுதிகளில் அவர் சமூக சேவகரானார். ஆனந்த விகடனின் 'உங்கள் ஊர் உங்கள் பகுதி' இலவச இணைப்பு வரை எதிரொலித்தது அப்புகழ். எனக்குத் தெரிந்து அந்த 108 பைக், ஊர்ப்புற இளைஞர்கள் எடுத்துக்கொண்டு ஊர் சுற்றிவரத்தான் பயன்பட்டிருக்கிறது. நீல நிறத்தில் இருக்கும் அவரது பிளாட்டினா பைக்கைக்கூட 'இது உங்க சாதி வண்டிடா' என அதன் வண்ணத்தைக்கூடச் சாதியோடு பொருத்திக் கிண்டலடிப்பவர்தான் அவர். சாதிப் பற்றைத் தலையில் தூக்கிவைத்தாடும் ஒருவர் எப்படி சமூக சேவகராக இருக்க முடியும்? பாவம், அரசியல் ஆசைகள் பாடாய்ப் படுத்தியதன் விளைவுதான் இத்தகைய வாழ்க்கை முரண்களுக்குக் காரணமென்பதை அவர் அறிந்திருக்கிறாரா இல்லையா என்பதை நானறியேன். ஆனால் அவர், இப்போதும் எங்காவது ஒரு தலித் இளைஞனின் கரம் கோத்து அவனோடு காபி குடித்துக்கொண்டிருப்பார் என்பதை அறிவேன்.

திருக்குமரன் கணேசன்

கு.கோ. எனும் புரட்சி நெருப்பு

முதலாம் இராஜராஜனுக்கு ஒரு காதலி இருந்தாளாம். அவள் பெயர் திரைலோக்கிய மாதேவி. அவள் பட்டத்து ராணி அல்ல. கிட்டத்தட்ட வைப்பாட்டி. அவள்மீது காமுற்றுக் களித்திருந்த சோழன் அவள் பேரழகில் மயங்கியதன் விளைவால் ஒரு சிற்றூரைப் பரிசளித்தான். அவ்வூர் அதற்கு முன் 'சதுர்வேதி மங்கலம்' என்றிருந்ததாம். பரிசளித்த பின் அவள் பெயரையும் சேர்த்து 'திரைலோக்கிய மாதேவிய சதுர்வேதி மங்கலம்' என்று அழைக்கப்பட்டது என்பர். சோழர் காலத்திற்குப் பிந்தைய நாளில் 'திரைலோக்கி' எனச் சுருங்கிப் பின்னர் 'திருலோக்கி' என்று மருவி இன்றளவும் நிலைத்துவிட்டதாகவும் கூறுவர். ஊரில் உள்ள, அப்பரால் பாடப்பெற்ற சுந்தரேஸ்வரர் ஆலயத் தல வரலாறோடு ஊரின் பெயர் விளக்கமும் திரிக்கப்பெற்றுக் கதையாகிக் கிடக்கிறது.

ஊருக்கு இன்னொரு பெயரும் இருக்கிறது. 'தைலிக்கி'. ஊர்ப்புறக் கிழவிகள் திருலோக்கி என்பதை அப்படித்தான் அழைக்கிறார்கள். சதுர்வேதி மங்கலம் என்பது சமஸ்கிருதச் சொல். பார்ப்பனர் களுக்கு மானியமாக வழங்கப்பட்ட ஊர்களே அந்நாளில் மங்கலம் என்ற அடை மொழியோடு அழைக்கப்பட்டிருக்கிறது. வைப்பாட்டிக்கு வழங்கு வதற்கு முன், ஏதோ ஒரு பார்ப்பனக் குழுவுக்கு எங்கள் ஊரை அரசன் வழங்கியிருப்பானோ

என்னவோ? ஆரிய வந்தேறிகளின் குடியேறலுக்கு முந்தைய நாட்களில் எம் ஊரின் பெயர் எதுவோ? ஒருவேளை, மேற்கூறியவை உண்மையெனில் காமக்களியாட்டத்தில் திளைத்த சோழன் வைப்பாட்டிக்காக எழுதிவைத்த புலத்தில் உண்டு உறங்கி உயிர் வாழ்வதற்காக வெட்கப்படத்தான் வேண்டும். மாறாகப் பெருமை கொள்கிறது மனம். பெருமைப்படக் காரணம் ஒரு மாமனிதர். அவர் பேரரசன் இராஜராஜன் அல்லர். இந்நூற்றாண்டில் எங்கள் கண்முன் வாழ்ந்து மறைந்த சமூகச் சீர்திருத்தவாதி கு.கோ. எனும் கு. கோவிந்தராஜன்.

யாரிந்த கு. கோவிந்தராஜன்? ஆதிக்கச் சாதி இந்துவாகப் பிறந்து சாதி, மதங்களைத் துறந்து தந்தை பெரியாரின் தலைமைச் சீடராகி, மடாதிபதிகளிடம் மண்டியிட்டுக் கிடந்த எங்கள் சிற்றூரைப் பெரியாரின் புரட்சி நெருப்பில் புடம்போட்டவர். சாதி இந்துக்களின் தெருக்களில் நடைபிணங் களாய் அலைந்துகொண்டிருந்த தாழ்த்தப்பட்ட கடைச்சாதி மனிதர்களைக் காலணிகள் அணிந்துகொண்டு, குடைபிடித்து, வெற்றுடம்பில் அக்குளில் சுருட்டிவைத்த அங்கவஸ்திரத்தைத் தோளில் கிடத்தி, மேலாடை போர்த்தி, மீசை முறுக்கி நடக்கச் செய்தவர். ஊர்ப்புற மாந்தர்களுக்கு அவர்தான் அரசியல் அரிச்சுவடி. திருப்பனந்தாள் மடத்தலைவரைத் தன் கேள்வி களாலும் போராட்ட வேள்விகளாலும் கிலிகொள்ளச் செய்தவர். அஞ்சி நடுங்கிய மடாதிபதி, ஐந்தாறு வேலி நிலங்களை அன்பளிப்பாக வழங்கி, திருநீறு சாம்பல் தந்து ஆசிர்வதித்தபோது, நீதிக்கு எதிரான அக்கையூட்டைப் பெற மறுத்து, 'எங்க ஊர்ல இருக்க சேரி மக்கள் ஆளுக்கொருபடி அரிசி தந்தா போதும். ஆயுசுக்கும் உசுர்வாழ அதுபோதும் எனக்கு' என்று கூறி மடச்சாமியார் தந்த திருநீறு சாம்பலைப் பின்பக்கம் தடவி, சமயச் சடங்கைச் சந்தி சிரிக்க வைத்தவர்.

ஊரின் அரை நூற்றாண்டுக் கால ஆளுமை. எப்படி ஆய்ந்து பார்த்தாலும் எஞ்சி நிற்கும் ஊரின் முகமான ஒற்றை மனிதர். ஒலிபெருக்கியின் தேவையின்றிச் செவிமடுப்போரை மயக்கும் வெண்கலக் குரல். ஆறடி உயரம். அறிவின் சுடராக ஒளிவீசும் கண்கள். வசீகரப் புன்னகை. அறிமுகமில்லாதவர்கூடப் பார்த்த மாத்திரத்தில் அவர்தம் ஆளுமையைக் கணித்துவிட முடியும். ஏழை-பணக்காரன், பெரியவர்-சிறியவர், ஆண்-பெண் என எவ்வித பேதமும் காட்டாது அனைவரிடமும் அக்கறையோடு பேசுவார். ஊராட்சி மன்றத் தலைவராக இருந்து அவர் நிகழ்த்திய வரலாற்றுச் சாதனைகளை அவருக்குப் பின் அப்பதவி வகித்த எவரும் அவற்றின் எல்லையைக்கூடத் தொட முடியவில்லை. ஊர்ப்புற மருத்துவமனை கட்டி அதை நாவலர் நெடுஞ்செழியனை

வரவழைத்துத் திறக்கவைத்தார். நகருக்குச் செல்லும் முதன்மைச் சாலையை இணைக்கும் இராமர் ஓடைப் பாலத்தைத் திறக்க அப்போதைய முதலமைச்சர் காமராஜரை வரவழைத்தார். எங்கள் சிற்றூரில் காலடி வைத்த முதல் முதலமைச்சரும், கடைசி முதலமைச்சரும் காமராஜர்தான். கு.கோ. அவர்கள் அமைச்சர்கள் அளவிற்கு உயர்ந்திருக்க வேண்டியவர். அடித்தட்டு மக்களின் நலன் ஒன்றையே அடிப்படை அரசியல் கொள்கையாகக் கொண்டதால் சுகபோக வாழ்வை இழந்தார். திராவிட முன்னேற்றக் கழகத்தின் ஆட்சிக் காலங்களில் அமைச்சராகப் பதவி வகித்த கோ.சி.மணிக்கு அரசியலில் பாலபாடம் கற்பித்து அவரை முதன்முதலாக மேடையேற்றிப் பேசப் பழக்கியவர் கு.கோ.தான் என்று இன்றும் கூட ஊர்ப் பெருசுகள் பேசிக்கொள்வார்கள். அவரிடமிருந்து அரசியல் கற்ற உள்ளூர் அரசியல்வாதிகள் சிலர், பின்னாளில் அவர் அழிவிற்கே வழிவகுத்த வரலாற்றை ஊரறியும்.

சைவப் பிள்ளைச் சமூகத்தைச் சார்ந்த ஐயா கு.கோ. தலித் பெண்ணை மணந்தார். அப்புரட்சித் திருமணத்தில் பூத்த இரு மலர்களான தம்மிரு பெண்களையும் பகுத்தறிவுச் சுடர்களாக வளர்த்தார். அமைச்சர்கள், அரசியல் தலைவர்கள் புடைசூழ, மூத்த பெண்ணை ஒரு தலித் இளைஞனுக்கு மணமுடித்து வைத்தார். அத்திருமணம் வழக்கத்திற்கு மாறான திருமணமாக ஊரில் உள்ளோரை வியப்பில் ஆழ்த்தியது. ஒரு மாலை வேளை ராகுகாலமும் எமகண்டமும் சங்கமிக்க, இல்லற இணையேற்பு விழா நடந்தது. இளைய பெண்ணைக் கரை சேர்ப்பதற்கு முன்பாக அவரது வாழ்வு கரை ஒதுங்கியது. தான் வாழ்ந்த வீடு, மனைகளை விற்றுவிட்டுத் தன் அந்திம நாட்களில் எங்கள் ஊரில் உள்ள கைலாசநாதர் கோவில் மதில்சுவரில் சாரமமைத்த சிறுகுடிலில் வாழ்ந்து, வறுமையின் பிடியில் சிக்கித்தவித்த ஊரின் அறிவுச்சுடர் 2000ஆம் ஆண்டு பிப்ரவரித் திங்களில் அணைந்தது.

இறப்பதற்குச் சில மாதங்களுக்கு முன்பு, எங்கள் ஊர் கடைவீதியில் யதேச்சையாக அவரைச் சந்தித்துப் பேசியபோது ‘உடல்நிலை முன்னமாதிரி இல்ல. நம்ம ஊரப்பத்தின சில முக்கியமான தகவல் இருக்கு. நான் சொல்றேன் அதையெல்லாம் எழுதி நீ ஆவணப்படுத்தணும். நம்ம ஊர் படிச்ச பிள்ளைகள்ல அதற்குச் சரியான ஆள் நீதான்’ என்றார். ‘அப்படிலாம் உங்களுக்கு எதும் ஆகாது கவலபடாதீங்கய்யா’ என்றேன். ‘காலம் யாருக்காகவும் காத்திருக்காது தம்பி. ஓய்வா இருக்கும்போது வீட்டுக்கு வா பேசுவோம் ...’

‘சரிங்கய்யா’ என்று அவரிடமிருந்து விடைபெற்றபோது தெரிந்திருக்கவில்லை அவருடனான சந்திப்பின் இறுதிநாள் அதுவென்று! சென்னை சென்று மற்றொரு விடுமுறைக்கு ஊர்

திரும்பியபோது, 'நம்ம பிரசிரெண்ட் செத்துப் போயிட்டாரு' என்ற தகவல் இடிவிழுந்ததைப் போல் மனதைத் தாக்கியது. இன்னும் ஆயிரம் 'பிரசிரெண்ட்' அவ்வூரை ஆண்டாலும் என்றைக்கும் மக்கள் மனதில் பிரசிரெண்ட் என்றால் அவர்தான் நினைவில் வருவார். என் வாழ்நாளில் நான் தவறவிட்ட அரிய வாய்ப்பு அவர் சொல்லவிருந்த அரிய தகவல்களை ஆவணப்படுத்தாமல் விட்டது. இப்பொழுதும்கூட அவரது இளைய மகளைச் சந்திக்கும் போதெல்லாம் மனசு தவிக்கும். அவர் முதிர்கன்னியாகத் தனது வயதான தாயுடன் வாழ்நாளைக் கடத்துவதுதான் புரட்சிகரமான மனித வாழ்விற்கு இச்சமூகம் தந்த மிச்சம்.

சில ஆண்டுகளுக்கு முன் திருப்பனந்தாள் நகரில் திராவிடக் கழகத்தினர் நடத்திய விழா ஒன்றில் 'பெரியார் விருது' தந்து அவரைக் கௌரவித்தனர். அவ்விருதை என்னிடம் காட்டிய அவரது மகளின் கண்களில் நீர் துளிர்க்க ஒரு பெருமிதம் தெரிந்தது. 'அப்பாவோட வாழ்க்கையப் பத்தி ஒரு புத்தகம் எழுதணும் தம்பி. எனக்குத் தெரிஞ்ச தகவல்கள சொல்றேன். நீ எழுது' என்றபோது எனக்காகவே அந்த வாய்ப்பு இன்னும் காத்திருக்கிறது என்றெண்ணி அவரைப் பற்றிய அரிய தகவல்களை ஊர்ப் பெரியவர்களிடமிருந்து சேகரிக்கத் தொடங்கினேன்.

அப்படியொரு நாள், ஊரில் உள்ள சில பெரிய மனிதர்கள் ஐயா கு.கோ.வைப் பற்றிய பேச்சில் ஆழ்ந்திருந்தனர். அருகில் நின்று அவர்களது பேச்சுக்களில் செவிமடுத்திருந்தேன். அப்பொழுது உள்ளூர் ஆதிக்கச் சாதி இந்து ஒருவன் சொன்னான்: 'கு.கோ. ஐயா பெரிய ஆளுதான். அவர் செய்யாத சாதனை இல்ல. அவர் செஞ்ச ஒரே தப்பு, பறச்சிகூடப் படுத்ததுதான்... இல்லாட்டி எங்கயோ போயிருப்பார்.' அப்படிச் சொன்னவன் திராவிட முன்னேற்றக் கழகத்தில் முக்கியப் பொறுப்பில் இருந்தான்.

எல்லோரும் இசைஞானி ஆவதில்லை

'அந்த அறுபது நாட்கள்,' நகைச்சுவை நடிகர் மயில்சாமியின் மகன் நந்து என்கிற அன்பு கதாநாயகனாக அறிமுகமான திரைப்படம். அப்படத்தின் இயக்குநர் சு. இராஜசேகர் கும்பகோணம் கொரநாட்டுக் கருப்பூரைப் பூர்வீக மாகக் கொண்டவர். அவரது தந்தை சுப்பையன் அப்படத்தின் கதை, திரைக்கதை, வசனம் எழுதி, தயாரிப்பாளராகவும் இருந்தார். சுப்பையன் பூம்புகார் கலைக்கூட இயக்குநராக இருந்து ஓய்வு பெற்ற அரசு அலுவலர். அவர் தீவிர சினிமா ஆர்வலராக இருந்தார் என்பதைவிட ஆர்வக்கோளாறாக இருந்தார் என்று சொல்வதே சரி. அவரது மகன் இயக்குநர் சு. இராஜசேகர், நடிகர் விஜய் நடித்த 'சுறா' திரைப்படத்தில் உதவி இயக்குநராகப் பணிபுரிந்தவர். 'அந்த அறுபது நாட்கள்' திரைப்படத்தின் இணை இயக்குநராகக் கணேஷ் என்பவர் பணியாற்றினார். அவர் கோயம்புத்தூர்க்காரர். தீவிர இந்துத்துவவாதியும்கூட. நானும் தேர்த்திருவரசு என்ற தோழரும் துணை இயக்குநர்கள். தேர்த்திருவரசு இயக்குநர் பா. இரஞ்சித்தின் சித்தி மகன். உதவி இயக்குநர்களாகக் கார்த்திக், செல்வா என்ற இரண்டு தம்பிகள் இருந்தனர். இருவரும் சென்னை புறநகரைச் சார்ந்தவர்கள். அப்போதுதான் 'விஸ்காம்' முடித்து விட்டு இயக்குநர் சு. இராஜசேகரின் தயவில் அப்படத்தில் உதவி இயக்குநர் வாய்ப்பினைப் பெற்றிருந்தார்கள். அவர்களுடன் படித்த இன்னொரு தம்பி, சபாபதி அப்படத்தின் படத்தொகுப்பில் உதவியாளராக இருந்தான்.

இம்மூவரும் விடலைத்தனம் மாறாதவர்களாக இருந்தனர். அதிலும் தம்பி கார்த்திக் வித்தியாசமானவனாக இருந்தான். இந்தியாவிலேயே புல்லட் வைத்திருக்கும் ஒரே உதவி இயக்குநர் அவனாகத்தான் இருப்பான். அவன் நகைச்சுவை ததும்பப் பேசி, உடனிருப்பவரை மகிழ்ச்சியில் ஆழ்த்தும் திறனுடையவன். எல்லோருக்கும் அவனைப் பிடிக்கும். ஆனால் தயாரிப்பாளர் சுப்பையனுக்குத் துளியும் பிடிக்காது. இவ்வளவுக்கும் அவன் சம்பளமில்லாத கார் டிரைவராகவும் அவருக்கு இருந்தான். சில சமயங்களில் அவர்மீது கோபமுற்று அவன் கார் ஓட்ட மறுக்கும்போது, கார் ஓட்டத் தெரிந்த நான் அவருக்குச் சாரதியாக நேரிடும். அலுவலகத்தில் எங்களைப் பாடாய்ப் படுத்துவதுதான் தயாரிப்பாளர் சுப்பையனின் தலையாய வேலை. அரசு அலுவலகத்தின் உயரதிகாரி போலவே நடந்துகொள்வார். அரசு பணியிலிருந்து ஓய்வு பெற்றிருந்தாலும் அவர் மனம் அத்தகைய அதிகாரத் தோரணையிலிருந்து ஓய்வு பெறாமலேயே இருந்தது. உதவி இயக்குநர்கள் தொடங்கி, நடிகர்கள், தொழில்நுட்பக் கலைஞர்கள் எனப் படக்குழுவினர் அனைவரிடமும் அதிகாரத்துடனே நடந்துகொள்வார். அவரது தயாரிப்பாளர் அவதாரம் அவருக்குக் கூடுதல் அதிகாரத்தை வரவழைத்திருந்தது.

'அந்த அறுபது நாட்கள்' திரைப்படத்தில் என்.எஸ்.கே. என்ற இசையமைப்பாளர் அறிமுகமானார். அலுவலக நாட்களில் அவசியம் அவருக்குச் சேலம் ஆர்.ஆர். பிரியாணி வாங்கிவர வேண்டும். படப்பிடிப்பு இல்லாத நாட்களில் கட்டாயம் அலுவலகம் செல்ல வேண்டும். அத்திரைப்படத்தில் ஆர். சுந்தரராஜன், சங்கிலி முருகன், ஷகிலா, அனுமோகன், சி.ஐ.டி. சகுந்தலா, டி.பி. கஜேந்திரன், நெல்லை சிவா, பாண்டு, சார்லி, நளினி, சீனியம்மாள் பாட்டி என மூத்த நடிகர்கள் பட்டாளமே நடித்திருந்தனர். திரைப்படத்திற்கான கால அளவைத் தாண்டித் தயாரிப்பாளர் சுப்பையன் பக்கம் பக்கமாகத் திரைக்கதை வசனம் எழுதியிருந்தார். அவர்களது தயாரிப்புப் பணி தொலைக்காட்சி சீரியல் பணிபோலத் தொடர்ந்துகொண்டிருந்தது. அவர்களுக்கு அறிவுறுத்தும் இடத்தில் நான் இல்லை என்பதால் அவற்றையெல்லாம் வேடிக்கை பார்க்கத்தான் முடிந்தது. சில நேரங்களில் அவர்களது அறியாமையைப் பொறுத்துக்கொள்ள முடியாமல் தவறுகளைச் சுட்டிக்காட்டினால் தயாரிப்பாளர் சுப்பையன் கோபித்துக்கொள்வார்.

'எஜமான்', 'சின்னக் கவுண்டர்', 'சிங்காரவேலன்' போன்ற வெற்றி பெற்ற திரைப்படங்களுக்கு ஒளிப்பதிவு செய்திருந்த ஒளிப்பதிவாளர் கார்த்திக்ராஜா அத்திரைப்படத்திற்கு ஒளிப்பதிவாளராக அமைந்தார். அவர் திரைப்படக் கல்லூரி மாணவர். திரை நுட்பங்களைக் கற்றுத் தேர்ந்தவர். இவர்கள் செய்யும் தவறுகளைப் பற்றி அடிக்கடி புலம்பித் தீர்த்துக்கொள்வார்.

ஒருவழியாக, அத்திரைப்படப் பணிகள் நிறைவுற்று விடைபெற்று வந்தாயிற்று. ஆனால் எல்லாவிதப் பணிகளும் முடிந்தும், அத்திரைப்படம் இன்னும் வெளிவராமல் இருப்பதற்குக் காரணம் உங்களுக்கே புரிந்திருக்கும்.

திரைப்படக் கல்லூரியில் இயக்கம் முடித்து, ஐந்தாறு ஆண்டுகள் உதவி இயக்குநராகச் சில படங்களில் பணியாற்றி இருந்தாலும், ஏதோ ஒருவித வெறுமை ஆட்கொண்டிருந்தது. திரைத் தொழில்நுட்பங்களைக் கற்றுத் தெளிந்த பின்னர், உடனடியாக ஒரு திரைக்கதை எழுதித் தயாரிப்பாளரைத் தேட வேண்டும் என்ற எண்ணம் மேலோங்கவில்லை. கதைகள் குறித்தும், மக்களின் வாழ்வு குறித்தும் தீவிர அவதானிப்பு வாய்க்க வேண்டும். சில காலங்கள் அதில் உழல்வதுதான் கலை உருவாக்கத்திற்கான நேர்மையாக இருக்கும் என்ற சிந்தனையின் வெளிப்பாடுதான் 'கமர்ஷியல்' சினிமாவை நோக்கி நான் நகராமலிருப்பதற்கான காரணம். இதன் நீட்சிதான் தமிழ் இலக்கியத்தில் எம்.ஃபில் முடித்ததும் தொடர்ந்து 'திரை: மாற்றுத் திரைக் காட்சிப்படுத்தும் தமிழரும் அடையாள அரசியலும்' என்ற பொருண்மையில் எனது முனைவர்பட்ட ஆய்வினை மேற்கொள்ளச் செய்தது. தஞ்சைத் தமிழ்ப் பல்கலைக்கழகத்தில் எனது முனைவர்பட்ட ஆய்வு நெறியாளர் பேராசிரியர் தெ. வெற்றிச்செல்வன். நல்ல இலக்கிய ஆர்வலர். பல்கலைக் கழகத்தில் எனது ஆராய்ச்சி என்பது முனைவர் பட்டத்திற்கானது மட்டுமல்ல; அது என் கலைக்கான ஆராய்ச்சி.

ஆலத்தம்பாடி முருகானந்தம், தஞ்சைத் தமிழ்ப் பல்கலைக் கழகம் தந்த உறவு. அவருடன்தான் விடுதிவாசம். அவருடனான அறிமுகம் திருவாரூர் திரு.வி.க. அரசு கலைக்கல்லூரி எம்.ஏ. வகுப்புத் தோழன் சுதாகரனால் ஏற்பட்டது. அவ்வறையில் அவனும் தங்கியிருந்தான். இருவரும் தமிழ்ப் பல்கலைக்கழகத்தில் முனைவர்பட்ட ஆய்வாளர்கள். அவர்களது கல்விக் காலம் நிறைவுற்றதால் எப்போதாவதுதான் பல்கலைக்கழகம் வருவார்கள். ஆகையால் அவ்வப்போது நான் மட்டுமே விடுதியில் தங்கியிருப்பது வழக்கம். அத்தகைய தனிமையின் வாசிப்பனுபவத்தை விவரிக்க வார்த்தையில்லை. அப்படி யொருநாள் வங்காளக் கதைகளில் மூழ்கியிருந்தேன். நண்பன் சுதாகரனின் செல்பேசி அழைப்பு அதிலிருந்து மீட்க, மதுபானக் கூடத்தின் பேரிரைச்சல் பின்னணி இசையாய் ஒலிக்க, மதுவின் நெடிவீச சுதாகரன் பேசினான். 'குமரா எங்கடா இருக்க?' 'தஞ்சாவூர்ல இருக்கேன்டா. என்ன சொல்லு.' 'ஒண்ணுமில்ல இங்க நானும் முருகாவும் ஆலத்தம்பாடில இருக்கோம். சினிமா நண்பர் ஒருத்தர் அறிமுகமானார். நாங்க அவர்கிட்ட பேசிட்டு இருக்கோம். எங்க ப்ரண்டும் சினிமாவுலதான் உதவி இயக்குநரா இருக்கான்னு உன்னப் பத்தி சொன்னோம். அவர்

உங்கிட்ட பேசணும்னு ஆசப்படுறார்.' 'சரிடா அவுங்ககிட்ட கொடு பேசுறேன்' என்றதும் மறுமுனையில் அந்த நபர், 'வணக்கம் ஸார் நீங்க சினிமாவுல உதவி இயக்குநரா இருக்குறதா கேள்விப்பட்டேன்' என்றார். 'ஆமா ஸார்.' 'நீங்க சினிமாவுல என்னவா இருக்கீங்க?' 'நான் இசையமைப்பாளர் ஸார்.' 'ஓ! என்ன படம் பண்ணிருக்கீங்க?' 'இப்பதான் முதல் படம் பண்ணி யிருக்கேன். படம் இன்னும் ரீலீஸ் ஆகல ஸார்.' 'வாழ்த்துக்கள் ஸார். படம் பேரு என்ன?' 'அந்த அறுபது நாட்கள். நம்ம மயில்சாமி ஸார் பையன் ஹீரோவா நடிச்ச படம்.' 'ஸார்! நான் அந்தப் படத்தோட அசோசியட் டைரக்டர் திருக்குமரன்.' 'அடேய் தம்பி நீயா நான் வேற யாரோனு பேசிக்கிட்டு இருக்கேன். என்ன ஆச்சரியம் இப்படியொரு சந்திப்பு' என்றார்.

அவருக்கு மட்டுமல்ல எனக்கும் வியப்பாகத்தான் இருந்தது. இப்படியொரு அறிமுகம். தொடர்ந்து ஆர்வத்தோடு பேசியவர், 'தம்பி நம்ம பசங்க சொன்னாங்க நீங்களும் நம்ம சாதிதான்னு' 'அட என்ன ஸார் நீங்க... எந்தச் சாதியா இருந்தா என்ன?' 'அது இல்ல தம்பி அவனுங்களுக்குத் தெரிஞ்சா நம்மள மதிக்க மாட்டானுவ... நீங்க எதும் புரடியூசர், டைரக்டர மீட் பண்ணினா சொல்லிக்காதீங்க. விஷயம் நமக்குள்ளவே இருக்கட்டும்' என்றார். ஏதோ கொலைக் குற்றவாளி, தன் சகக் கூட்டாளியிடம் இரகசியம் காக்கக் கெஞ்சுவதுபோலப் பேசினார். 'சரிங்க' என அவர்களது அழைப்பைத் துண்டித்துவிட்டு யோசித்தேன்.

இளையராஜாவின் திரை வாய்ப்புகள் ஆரம்ப காலங்களில் தடுக்கப்பட்டிருக்கலாம். அவர் வளர்ந்த பின்னாளில் சுய சாதிப் பற்றற்று, பொது நீரோட்டத்தில் கலந்திருக்கலாம். இல்லையேல், இசைத்திறமை அவரை 'ஐயராக' மாற்றியிருக்கலாம். ஆனால் ஒருபோதும் அவர், தான் யார் என்பதை மறைத்தது இல்லை. யாரிடமும் மண்டியிடாதிருப்பதுதான் திறமையின் தனித்துவமாக இருக்க முடியும். ஆனால் இச்சம்பவத்திற்குப் பின்பு 'அந்த அறுபது நாட்கள' இசையமைப்பாளர் என்.எஸ். கே.வை நினைக்கும்போதெல்லாம் உதவி இயக்குநர் தம்பி கார்த்தி பேசியதுதான் ஞாபகத்தில் வருகிறது. 'தம்பி நம்ம படத்து ஸாங்ஸ்லாம் ஓரளவுக்கு நல்லா வந்துருக்குல்ல...?' 'அட போங்கண்ணா டி.வி.டி வாங்கிட்டு வந்து கொடுத்த எங்கிட்டேவா கேக்குறீங்க!?' 'என்னடா தம்பி சொல்ற?' 'அந்தாளு அஞ்சு பாட்டு இசையமைக்க நான் அம்பது டி.வி. டி. கட ஏறி இறங்கியிருக்கேண்ணா. அவரு மேல தப்பு இல்ல... எல்லாம் நம்ம கூமுட்ட புரூடியூசர் பண்ற வேலதான்...'

படைப்பென்பது சுயம். அச்சுயம், சுயமரியாதையைக் காப்பதுதான் அறம். இசைஞானி இளையராஜா ஐயராகவே இருக்கட்டும்.

காதலி(யி)ன் கடைசி ஆசை

தஞ்சையில் பி.லிட். முடித்ததுமே பெற்றோர்கள் பி.எட். படிக்கச் சொல்லி வற்புறுத்தினார்கள். 'சீக்கிரமே மகன ஒரு வாத்தியாரா ஆக்கிட்டோம்னா குடும்ப வறுமையெல்லாம் தீர்ந்து விடும்' என்று நினைக்கிற முதல் தலைமுறை பட்டதாரிப் பிள்ளைகளைப் பெற்ற எந்தவொரு பெற்றோரும் இருக்கக்கூடிய அடிப்படை ஆசைதான் அது. 'ஊருக்குள்ள ஒரு மாடி வீடு, ஸ்கூல் போக ஒரு ஹீரோ ஹோண்டா பைக்கு, அப்புறம் வாத்தியார் மாப்பிள்ளைனு நல்ல சீர் செனத்தியோட ஒருத்தன் வீட்டுப் பொண்ணச் சிறையெடுத்துட்டு வந்து, குழந்தை குட்டினு ஊருக்குள்ள வட்டமடிச்சிட்டு இருக்க என்னால முடியாது.' தமிழ் படித்த தயவில் அம்மா அப்பாவிடம் வசனம் பேசிவிட்டு, முதுகலை படிக்க முயற்சித்துக் கொண்டிருந்தேன்.

அதற்கு முன் நான் படித்த சாமி அருள் கல்லூரியில் வினோபா என்ற அறிவியல்துறைப் பேராசிரியை ஒருவர் இருந்தார். என் கவிதைகளாலும் அக்கவிதைகளால் கல்லூரியில் நான் செய்த சில குறும்புகளாலும் அவருக்கு என்னை நன்றாகத் தெரிந்திருந்தது. அப்போது நான் இரண்டாமாண்டு படித்துக்கொண்டிருந்தேன். எங்கள் தமிழ்த் துறையில் படிப்பில் நான்தான் கடை மாணாக்கனாய் இருந்தேன். ஆனால் கல்லூரியில் நான்தான் முதல் மாணாக்கனாய் அனைவராலும் அறியப்பெற்றேன். காரணம் கதை, கவிதை, கட்டுரை, பேச்சு எனக்

கல்லூரிகளுக்கு இடையிலான போட்டிகளில் பரிசுகளைப் பெற்றுத் திரும்புவதால் பெற்ற பெரும் பேறு அது. அதன் அடிப்படையில்தான் கல்லூரியின் ஆண்டு விழாவில், தமிழ்த் துறைத் தலைவர் பேராசிரியர் சிவானந்தம் என்னைக் கவிதை வாசிக்கச் சொல்லியிருந்தார். கருப்பொருள் உன் விருப்பம் என்றும் சொல்லிவிட்டார்.

எனக்கோ வினோத ஆசையொன்று கொழுந்துவிட்டது. அக்கல்லூரியின் அலுவலகப் பணியாளரில் தொடங்கி ஆசிரியர் பெருமக்கள்வரை அனைவரைப் பற்றியும் அவர்களின் குணாதிசயங்கள் பற்றியும் அவரவர் துறை மாணவர்களிடமும் கேட்டறிந்து, குறிப்பெடுத்துக்கொண்டு எல்லோரைப் பற்றியும் கவிதைகள் எழுதி வைத்திருந்தேன். அதில் அவரவர் பற்றிய நல்லவை, தீயவையெனச் சகலமும் அடங்கும். விழாநாளில் யாருக்கும் அச்சப்படாமல் மேடையேறி ஒவ்வொருவரைப் பற்றியும் கவிதை வாசிக்கையில் கரவொலி நிற்பதற்குச் சில நிமிடங்கள் ஆயின. முதல்வர், தாளாளர் என எவரையும் விட்டுவைக்க வில்லை. அன்றைக்குத்தான் கல்லூரி நிர்வாகத்தினருக்குத் தங்கள் ஆசிரியர்கள் தரம் என்னவென்று தெரிந்ததுபோலும். மறுநாள் விசாரணைக் கைதியாக்கப்பட்டேன். அப்போது அந்தக் கல்லூரி சாமி, அருள்லாரன்ஸ் என்ற இருவர் வசம் இருந்தது. இருவரும் என்னை மாறிமாறிக் கேள்விக் கேட்டார்கள். 'எல்லோரைப் பற்றியும் உனக்கு எப்படித் தெரியும்? நீ யார்? எங்கிருந்து வர?' 'ஐயா ஒவ்வொரு துறை மாணவர்களிடமும் ஆசிரியர்களின் குணம், பாடம் நடத்தும் திறன்பற்றிக் கேட்டறிந்தேன். அதை வைத்துத்தான் கவிதை எழுதினேன்' என்றேன். 'சரி போ' என என்னை விட்டுவிட்டார்கள்.

அதன் பிறகு அதிகக் கட்டணம் வசூலிப்பதாக நிர்வாகத்திடம் ஒருமுறை சண்டை போட்டுக்கொண்டிருந்தேன். இதையெல்லாம் கவனித்துக்கொண்டிருந்த பேராசிரியை வினோபா, என்னை அன்போடு அருகில் அழைத்து, 'உன்னைத் தொடர்ந்து கவனித்துக்கொண்டுதான் இருக்கிறேன். நன்றாகப் படி. படிச்சுப் பெரியவனானதும் அநீதிக்கு எதிராக் குரல் கொடுக்கலாம். படிக்குற காலத்துல இதெல்லாம் வேண்டாம்' என்று கனிவோடு அறிவுரை கூறினார். அத்தோடு தஞ்சை தமிழ்ப் பல்கலைக்கழக நாடகவியல்துறைப் பேராசிரியராக இருந்த அவரது இணையர் முனைவர் பெ. கோவிந்தசாமியிடம், 'இந்தத் தம்பி நல்லா கவிதை எழுதுறான், நல்லா சிந்திக்குறான். முத்துக்குமார் தம்பிகிட்ட இவன அறிமுகப்படுத்தி வையுங்க. நல்லா வருவான்' என்று என்னை அறிமுகப்படுத்தினார்கள். அதன்பிறகு நானும் எனது வகுப்புத் தோழன் கந்தர்வக்கோட்டை செல்வக்குமாரும்

பேராசிரியரைச் சந்திக்க அடிக்கடி தமிழ்ப் பல்கலைக்கழகம் சென்று வருவோம். கவிஞர் நா. முத்துக்குமார் திரைப்படப் பாடலாசிரியராகப் புகழ்பெற்றுக்கொண்டிருந்த ஆரம்பக் காலம். அவர் அடிக்கடி பேராசிரியர் பெ. கோவிந்தசாமியைச் சந்திக்கத் தஞ்சை வந்துகொண்டிருந்தார். அவர் தஞ்சை வரும்போதெல்லாம், நானும் செல்வக்குமாரும் கவிஞரை வரவேற்று வழியனுப்புவது வரை உடனிருப்போம். அப்போது அவரைப் பொதுமக்கள் பரவலாக அறிந்திருக்கவில்லை. சர்வசாதாரணமாகத் தஞ்சை வீதிகளில் அவரோடு நடந்திருக்கிறோம். பேராசிரியர் பெ. கோவிந்தசாமி எங்களைத் தமிழ் இலக்கிய மாணவர்கள் என்றும் என்னை ஒரு கவிஞனென்றும் அறிமுகப்படுத்தியதால், அவர் கவிதைகள் குறித்து என்னிடம் ஆர்வத்துடன் பேசிக் கொண்டிருப்பார். நானும் என் கவிதைகள் சிலவற்றை அவரிடம் சொல்லிக் கொண்டிருப்பேன். 'நல்லா இருக்கு' எனப் பாராட்டிவிட்டுக் 'கவிதைகளையெல்லாம் தொகுத்து சீக்கிரம் புத்தகம் போடு' என்பார். அந்த நம்பிக்கையில் வெளியானதுதான் 'நிலவெறிக்கும் இரவுகளில்' என்ற என் முதல் கவிதைத் தொகுப்பு.

தஞ்சை 'அனன்யா' பதிப்பக உரிமையாளர் கவிஞர் வியாகுலனிடம் என்னை அறிமுகம் செய்து வைத்து முதல் தொகுப்பு வெளிவரப் பெரிதும் காரணமாக இருந்தவர் பேராசிரியர் பெ. கோவிந்தசாமி தான். நான் இளங்கலை முடித்துவிட்டு முதுகலை படிப்பதற்காக முயற்சித்துக்கொண்டிருந்தபோது, 'நீ இங்கெல்லாம் எம்.ஏ. படிக்க வேண்டாம். சென்னைப் பல்கலைக்கழகத்தில் படி. நீயெல்லாம் சென்னையிலதான் இருக்கணும். உனக்கான தளம் இங்க இல்ல' என என் கனவுகளை விரித்தவர் அவர். அத்துறையில் பழனி என்ற பேராசிரியரைத் தொலைபேசியில் தொடர்புகொண்டு பேசியிருந்தார். பிறகு சென்னை சென்று விண்ணப்பித்து நுழைவுத் தேர்வு எழுதினேன்; பல்கலைக்கழகச் சேர்க்கைக் கடிதத்திற்காக நெடுநாள் காத்திருந்தேன்; பிறகு அப்பாவின் நச்சரிப்பால் அவரசப்பட்டு, திருவாரூர் திரு.வி.க. அரசு கலைக்கல்லூரியில் எம்.ஏ., சேர்ந்து வீடு திரும்பினால் சென்னைப் பல்கலைக்கழகத்திலிருந்து சேர்க்கைக்கான அனுமதிக் கடிதம் வந்திருந்தது. மறுநாள் திருவாரூர் சென்று துறைத்தலைவர் பேராசிரியர் ஜான்பீட்டரிடம் நடந்ததைக் கூறி மாற்றுச் சான்றிதழ், மதிப்பெண் பட்டியலையும் கேட்டு அடம்பிடித்தால், அவரோ என்னிடம் பேசி வழிக்குக் கொண்டுவந்தார். திருவாரூர் திரு.வி.க. அரசு கலைக்கல்லூரியில் எம்.ஏ. படிப்பது உறுதியானது.

திரு.வி.க. அரசு கலைக்கல்லூரி நல்ல நண்பர்களைத் தந்தது; மாதவி கலையரங்கம் மேடையேற்றிப் புகழ் தந்தது; விடுதி

தந்தது; கம்யூனிசத்தைக் கற்றுத் தந்தது. வகுப்புத் தோழனாய் கீழ்வெண்மணியில் கூலி உயர்வுக் கேட்டுப் போராடிய நாற்பத்திநான்கு தலித்துகளோடு இராமையாவின் குடிசையை எரித்த இரிஞ்சூர் கோபாலகிருஷ்ண நாயுடுவின் பேரனையும் சேர்த்தே தந்தது. அத்தோடு ஒரு காதலையும் தந்தது.

அவள் பெயர் சுகுணாஸ்ரீ. பதினெட்டில் அடியெடுத்து வைத்திருந்த அழகுப் பதுமை. நான் முதுகலைத் தமிழிலக்கியம் முதலாமாண்டு படிக்கும்போது, அவள் இளங்கலைத் தமிழிலக்கியத்தில் முதலாமாண்டு படித்துக்கொண்டிருந்தாள். மாநிறம், நடுத்தர உயரம், மெழுகுச் சிலைபோல மின்னும் உடல். அடர்ந்து படர்ந்த கூந்தல் அவள் இடையில் விழுந்து புரளும். அவள் அழகை விவரிக்க என் சொற்கள் போதவில்லை. என்மீதான அவள் காதலை நான் உணரும் முன்பே என் வகுப்புத் தோழர்கள் உணர்ந்திருந்தனர். அவர்கள் என்னையும் அவளையும் இணைத்துப் பேசத் தொடங்கிய பின்புதான், நான் அவளைக் கவனிக்கத் தொடங்கினேன். அவள் தோழிகள் புடைசூழத்தான் வருவாள். என்னைப் பார்வையிட்டு ஒரு புன்னகை வீசிவிட்டு மறைவாள். துறைத்தலைவரின் அறையை ஒட்டிய எங்கள் முதுகலை வகுப்பறையைக் காரணமின்றிப் பலமுறை கடப்பாள். அவள் தோழிகள் எல்லோரும் என்னை அண்ணா என்றழைத்துப் பேச விழைகையில், இவள் மட்டும் எதுவும் பேசாமல் அவர்கள் பின்னிருந்து பார்க்காததுபோல் பார்ப்பதும், நான் பார்த்துவிட்டால் முகத்தைத் திருப்பிக்கொள்வதுமென அவள் வெட்கத்தில் நிரம்பி வழிந்தது காதல். 'வாங்கடி போகலாம்' எனத் தோழிகளை அவசரப்படுத்தி அழைக்கும் தடுமாற்றத்தில் அவள் பெண்மையின் மென்மை இன்னும் அழகாய் ஈர்க்கும்.

தமிழ்த்துறையிலும் கல்லூரியிலும் என்னைத் தெரியாதவர்கள் யாரும் இருந்திருக்க வாய்ப்பில்லை. கவிதையும் கொஞ்சப் பேச்சும்தான் என் அடையாளம். இடைநெளிய மேடை இருபுறமும் ஆடல் அழகிகள் சிலை அமைய, நடுவே படைப்பாளர்களைக் கீழ்நிறுத்திப் பார்வையாளர்களை மேலமர்த்தியிருக்கும் அதன் அரங்க வடிவமைப்பு கலை நேர்த்திக்கு மட்டுமல்ல, திமுக தலைவர் கலைஞரின் நேர்த்திக்கும் சான்று. அவர் பிறந்த மண்ணில் அவரது ஆட்சிக் காலத்தில் கட்டப்பட்டதுதான் அந்தக் கல்லூரி. பறவைக் கோணத்தில் வான்வெளியிலிருந்து பார்த்தால் சிறகசைத்துப் பறக்கும் வல்லூறுவைப் போலிருக்கும் அக்கல்லூரியின் கட்டிட அமைப்பு. முகப்பில் அண்ணாவின் சிலை இருக்கும். ஆதியில் அக்கல்லூரி கலைஞர் கருணாநிதி அரசு கலைக்கல்லூரி என்றுதானிருந்தது. அதிமுக அரசின் தயவில் திரு.வி.க. அரசு கலைக்கல்லூரி எனப் பெயர் மாற்றம் கண்டது.

அக்கல்லூரியின் மாதவி கலையரங்கம்தான் எங்கள் காதலின் சின்னம். என் பேச்சுக்கும் கவிதைக்குமென ஒரு கூட்டமிருந்தது. திட்டமிட்ட தயாரிப்பில் அரங்கம் முழுவதும் திசைக்கு நால்வராய் அமர்ந்து கைத்தட்டி விசிலடிக்கும் இன்னொரு கூட்டமும் இருந்தது. அக்கூட்டம் பெண்கள் கூட்டம். அக்கூட்டத்திற்குத் தலைவியாக அவளிருந்தாள். நானும் முன் தயாரிப்போடு அழகுத் தமிழால் நாவன்மை காட்டி அசத்திவிட்டுத்தான் உரையை நிறைவு செய்வேன். அவள் வகுப்பில் முதல் மதிப்பெண் எடுக்கக்கூடியவள் ஆதலால், எல்லோருக்கும் தெரிந்திருந்தாள். நாளுக்கு நாள் எங்கள் காதலும் வளர்ந்திருந்தது. தூரத்திலிருந்து ரசித்தவள் அருகில் வர முயற்சித்தாள்.

ஒருநாள் அவள் தன் காதலைக் கடிதத்தில் தெரிவித்தாள். 'என் சாதி என்னிடமிருந்து உன்னை ஒருநாள் பிரித்துவிடும். இந்த உண்மை உனக்குத் தெரியுமா?' எனப் பதில் கடிதத்தில் கேட்டிருந்தேன். படித்துவிட்டு அவள் நேரில் வந்து சொன்னாள், 'உங்க கேஸ்ட் என்னனு உங்கள லவ் பண்றதுக்கு முன்னாடியே தெரியும். டிப்பார்ட்மெண்ட் அட்மின் ரெக்கார்ட்ல பார்த்திருக்கேன். நீங்கதான் ரொம்ப லேட்' என்றவள், 'நான் என்ன கேஸ்ட்னு உங்களுக்குத் தெரியுமா?' என்றாள். 'நீ என்ன கேஸ்ட்டா இருந்தா எனக்கென்ன?' 'காதலுக்குச் சாதியில்லை சாதி பார்த்தால் அது காதல் இல்லை.' சொல்லிவிட்டு நான் மனதில் நினைத்துக்கொண்டேன், கீழிருக்கும் வேர்கள் ஆட்டம் போடுவதில்லை. அது சுமக்கும் கிளைகள்தான் ஆடும்! இதை அவளுக்கு எப்படி விளக்குவது? அவள் சிரித்துக்கொண்டே, 'இந்தச் சமாளிப்பெல்லாம் வேண்டாம். காதலிக்குற பொண்ணப் பத்தின எல்லாமும் தெரிஞ்சிருக்க வேணாமா?' அவள் சொல்வதும் சரிதான். அதுவரை அவள் சாதி என்னவென்று எனக்குத் தெரிந்திருக்கவில்லை. அவள் கேட்டதும் அதைத் தெரிந்து கொள்ளும் ஆர்வமிருந்தாலும் அதை வெளிக்காட்டாமல், சரி சொல்லு தெரிஞ்சிக்குறேன் என்றதும், நான் அதில் ஆர்வமற்றுக் கேட்பதாக நினைத்துக்கொண்டு, கொஞ்சம் கோபத்தோடு 'நாங்க தெலுங்கு நாயுடு' சொல்லிவிட்டு நடந்தாள்.

காதல் நாட்களை, அவ்வளவு சுருங்கச் சொல்லிவிடலாகாது. முன்னிரவுப் பொழுது முடிந்து போகும் தருணங்களில் விடுதியின் ஜன்னலோரம் அமர்ந்து, நான் கவிதைகள் எழுதிக்கொண்டிருக்கும் இரவுகளில் அவள் அழைப்பைச் சுமந்துவந்த தொலைபேசி ஞாபகங்கள் இப்பொழுதும் மனதை என்னவோ செய்கின்றன. என்னையும் என் தமிழையும் அவள் அணுவணுவாய் ரசித்தாள். அவளின் அந்த அழகியல் உணர்வுதான் அவள்மீது எனக்கு

அதீதமான காதலை வரவழைத்திருந்தது. நண்பர்களுக்குத் தெரிந்திருந்த எங்கள் காதல் உறவு பேராசிரியர்களுக்குத் தெரிவது வரை வளர்ந்திருந்தது. என்னைப் பிடித்திருந்த அவர்களுக்கு அவளையும் பிடித்திருந்தது. ஆனால் எங்களைத்தான் யாருக்கும் பிடிக்கவில்லை. எனினும் என்னிடம் எதுவும் கேட்காத அவர்கள் அன்போடு அவளுக்கு அறிவுரை சொல்லிப் பார்த்தார்கள். அவள் எதையும் ஏற்பதாயில்லை.

முதுகலை முடித்து, திரைக்கலை கற்க நான் சென்னையிலும் இளங்கலை மூன்றாமாண்டு படித்துக்கொண்டு அவள் திருவாரூரிலும் இருந்தோம். அந்நாட்களில் என் விடுமுறைப் பொழுதெல்லாம் திருவாரூரில்தான் விடிந்தது. இளங்கலை தேர்ச்சிபெற்று அவள் பல்கலைக்கழகத் தரவரிசையில் இடம் பெற்றிருந்தாள். பிறகு பி.எட். படிப்பதற்கான கலந்தாய்விற்காக அவள் அம்மாவோடும் தோழிகளோடும் சென்னை வந்ததும், திருவான்மியூர் பேருந்து நிலையத்தில், புறப்படத் தயாராக இருந்த பேருந்திலிருந்து அவள் அம்மாவிற்குத் தெரியாமல் இறங்கிவந்து என்னைக் கட்டிக்கொண்டு அழுது, புறப்பட்ட நினைவுகளை அவளும் மறந்திருக்க வாய்ப்பில்லை.

நான் திரைப்படக் கல்லூரியில் இரண்டாமாண்டு படிக்கும்போது அவள் பாளையங்கோட்டை புனித சவேரியர் கல்வியியல் கல்லூரியில் பி.எட். படிப்பை மேற்கொண்டிருந்தாள். அவ்வாண்டு தீபாவளி நாளின் இரண்டொரு நாளுக்கு முன்பாகச் சென்னை சென்ட்ரல் இரயில் நிலையத்திலிருந்து, சென்னை நண்பர்கள் என்னை வழியனுப்பிவைக்க, அவளைத் தேடித் தொடர்வண்டியில் திருநெல்வேலி சென்றதெல்லாம் என் அறிவுக்கு உகந்ததன்று. திருநெல்வேலியிலிருந்து திருவாரூரை நோக்கிய இரவுநேரப் பேருந்துப் பயணத்தில் என் தோள்மீது சாய்ந்து அவள் பேசிய காதல் மொழிகள் அன்பின் உச்சம். அவள் திருநெல்வேலியில் படித்த காலத்தில் விடுமுறை நாட்கள் முடிந்ததும் அவளைத் தஞ்சையிலிருந்து திருநெல்வேலி அழைத்துச் சென்று கல்லூரியில் விட்டுவிட்டுச் சென்னை திரும்புவதும் பிறகு அவளோடு அங்கிருந்து திருவாரூர் பயணிப்பதுமென எங்கள் காதல் நாட்களில் எத்தனையோ இரவுநேரப் பயணங்கள் அவள் முத்தத்தால் நிறைந்திருக்கின்றன.

பி.எட். முடித்துவிட்டு அவளோடு படித்த பெண்கள் அவர்களது பெற்றோர்களை வரவழைத்து, பெட்டி படுக்கையோடு ஊர் திரும்ப யத்தனிக்கையில் அவளோ கல்லூரிக்கு என்னை அழைத்திருந்தாள். ஆசிரியர்கள் தொடங்கி அவள் தோழிகளின் பெற்றோர்கள்வரை எல்லோரிடமும், 'என்ன கட்டிக்கப்

போறவங்க சினி பீல்டுல இருக்காங்க' என்று பெருமிதத்தோடு அறிமுகப்படுத்தினாள். அன்று, ஊர் திரும்பிய இரவுநேரப் பேருந்துப் பயணம் வழக்கம்போல் இல்லாமல், அதன் பிறகு எனைத் தனிமையில் சந்திக்க முடியாது என்ற கவலையில் அந்தப் பயணம் அவளது கண்ணீரில் கரைந்தது. அவளைத் திருவாரூரில் விட்டுவிட்டு நான் வீடு திரும்புகையில் 'இப்பவே உங்ககூட வந்திரணும்போல இருக்கு... என்னால இதற்குமேல உங்களப் பிரிஞ்சி இருக்க முடியாது. என்ன உங்ககூடவே கூட்டிட்டுப் போயிடுங்க' என்ற பெருஞ் செய்தியை ஒரு குறுஞ்செய்தியாக அனுப்பினாள்.

திரைப்படக் கல்லூரிப் படிப்பை முடித்து, விரைவில் திரைப்படம் இயக்க வேண்டுமென்ற ஆர்வத்தில் சில படங்களில் உதவி இயக்குநராகத் தீவிரமாகப் பணிபுரிந்து கொண்டிருந்தேன். அதன்பிறகு அடிக்கடி அவளைச் சந்திப்பதும் குறைந்தது. அவளோ அருகில் உள்ள ஊரின் பள்ளி ஒன்றில் ஆசிரியையாகப் பணிபுரிந்து கொண்டிருந்தாள். எப்போதாவது நான் வீட்டிற்கு வரும்போது என்னைப் பார்க்கக் கும்பகோணம் வருவாள். காதல் பேச்சுக்கள் மறைந்து கல்யாணப் பேச்சுக்களில் ஆர்வமுற்றிருந்தாள். விரைவில் திருமணம் செய்துகொள்ளலாம் என்றாள். நானும் இரண்டொரு ஆண்டுகளில் திருமணம் செய்துகொள்ளலாம் என்றேன். அதன் பிறகான எங்கள் சந்திப்பின் உரையாடல்கள் எல்லாம், எதிர்கால வாழ்க்கை பற்றியதாக இருந்தன. செல்பேசி உரையாடல்களும் அப்படித்தான் நீண்டன. இதற்கிடையில் ஆறு ஆண்டுகளைக் கடந்திருந்தது அந்தக் காதல்.

ஒருநாள் பின்னிரவுப் பொழுதில் அவள் செல்பேசியில் தொந்தரவு செய்துகொண்டிருந்தாள். 'பிறகு பேசுகிறேன்' எனத் துண்டித்தாலும் விடாது அழைத்துக்கொண்டிருந்தாள். 'சரி அப்படியென்ன அவசரம் சொல்' என்றதும், அவளது தெருவில் ஒரு பெண், தலித் பையனைக் காதலித்து அவனோடு ஓடிவிட்டதாகவும் அதுபற்றி அவளது பெற்றோர்கள் வருத்தத்தோடு பேசிக்கொண்டதாகவும் சொன்னாள். 'சரி அதற்கென்ன நான் உன்னோடு ஓடிலாம் போக மாட்டேன். வீட்ல வந்து பொண்ணு கேட்குறேன். முடியாதுனு சொன்னா ஊரறிய, பதிவுத் திருமணம் செஞ்சி சட்டப்படி உன்னக் கூட்டிட்டு வந்துடுறேன்' என்றேன். 'அப்படிலாம் பெரிய பிரச்சன வந்துடாது. அம்மா அப்பாகிட்ட பேசி சம்மதம் வாங்கிடலாம். கண்டிப்பா அவுங்களுக்கும் உங்கள பிடிக்கும்' என்று அன்பில் குழைத்தெடுத்த வார்த்தைகளோடு பேச்சைத் தொடங்கினாள்.

'ஆனா எனக்காக நீங்க ஒண்ணு செய்யணும் செய்வீங்களா ?' எனத் தேர்தல் வாக்குறுதி தந்து ஓட்டுக் கேட்கும் அரசியல்வாதி

போலக் கேட்டாள். 'சரி என்னனு சொல்லு செய்யுறேன்.' 'திருமணத்திற்குப் பிறகு நாம தனியா வந்திறணும்.' எல்லாப் பெண்களைப் போலவும், தனிக்குடித்தன ஆசையில் இப்படிக் கேட்கிறாளோ, இதையெல்லாம் பேசிப் பிறகு சரிக் கட்டி விடலாம் என, அவள் பேசுவதை மௌனமாகக் கேட்டுக்கொண்டிருந்தேன். 'என்னோட ஒரே ஒரு ஆச அதுதான்... ஏன்னா எனக்காக எங்க அம்மா, அப்பாவ என்னோட காதலத்தான் ஏத்துக்க வைக்கலாம். உங்க அம்மா, அப்பா, நீங்க இருக்குற தெருவையெல்லாம் நெனச்சிக்கூடப் பாக்க முடியல... எனக்காக அவுங்கள உங்க தெருவுக்குள்ளலாம் வரவைக்க எனக்கு மனசில்ல.'

அவள் இப்படிப் பேசி முடித்ததும் எனக்குக் கோபம் தலைக்கேறியிருந்தது. அதுவரை அவளிடம் நான் எந்த வன்சொற்களையும் பேசியதில்லை ஆனால் பேசக் கூடாத ஒரு வார்த்தை பேசி அப்போது அவள் அழைப்பைத் துண்டித்தேன். அவளுக்கும் அவள் காதலுக்கும் முற்றுப்புள்ளி வைப்பதற்கான தொடக்கப்புள்ளி அதுதான் என்பதை நான் உணர்ந்திருக்கவில்லை. அதன் பிறகான சில அழைப்புகள் சண்டையில்தான் முடிந்தன. நாட்கள் செல்லச் செல்ல, அவள் எனக்கானவள் இல்லை என்பதை மனம் உணர்ந்திருந்தது. காதலில் எனது ஆசை தோல்வியுற்று அவளது கடைசி ஆசை கூடுதல் வெற்றியோடு நிறைவேறியது. அவளது பெற்றோரும் உற்றாரும் மட்டுமல்ல; அவளும் எங்கள் தெருவிற்கும் வீட்டிற்குள்ளும் வருவதற்கான அடிப்படைத் தகுதியற்று என் மனதிலிருந்து வெளியேற்றப்பட்டிருந்தாள்.

ஷேக்ஸ்பியர் சொன்னதுபோல, 'காதலுக்கு வேண்டுமானால் காரணமில்லாமல் இருக்கலாம். ஆனால் அதன் பிரிவுக்குக் காரணமிருக்கும்!'

திருக்குமரன் கணேசன்

தீண்டாமையின் கருவறுப்போம்

நானறிந்தவரை அப்படியொரு பிரம்மாண்டச் சிலை எந்தச் சேரியிலும் இருப்பதாகத் தெரியவில்லை. பாபாசாகேப் அம்பேத்கரின் திருவுருவம் நாற்பதடி உயரமுள்ள ஒரு வெண்கொற்றக் கொடையின் கீழ், தங்க நிறம் ஜொலிஜொலிக்கக் கால்மேல் கால் போட்டு அமர்ந்திருப்பதுபோல் அத்தனை பேரழகோடும் கம்பீரத்தோடும், காண்போரைக் கவர்ந்திழுக்கக்கூடிய வகையிலும் அமைந்திருந்தது. பாபாசாகேபின் உருவத்தை ஏந்தியிருப்பதால் என்னவோ ஆதிக்கத்திற்கு அஞ்சாத நெஞ்சம் கொண்டவர்களாகவே அச்சேரி மக்கள் காட்சி தந்தனர். அம்பேத்கரின் சிலைத் திறப்பு விழா என்றதும் எந்த அமைப்பினர் நடத்துகின்றனர், யார் சிலையைத் திறந்து வைப்பது என்ற எந்தத் தகவலையும் அறிந்துகொள்ளாமல் சென்னை சென்ட்ரல் இரயில் நிலையத்திலிருந்து கும்மிடிப்பூண்டி செல்லும் இரயிலில் பறையிசைக் கலைஞர் தோழர்கள் ஜெ.கே., சக்திவேல், திரைப்படக் கல்லூரித் தோழன் வி.சி. நிவாஸ் ஆகிய மூவரோடும் ஒரு ஸ்டில் கேமரா சகிதமாக இருள் கவ்வும் ஒரு மாலை நேரத்தில் தொடர்வண்டியில் பயணிக்கத் தொடங்கினோம்.

நந்தியம்பாக்கம் இரயில் நிலையத்தில் இறங்கி, விழா நடைபெறும் சேரி நோக்கி நடந்தோம். வண்ண விளக்குகள் ஒளிர வானில் சீனப் பட்டாசுகள் ஒளிமழையைத் தூவிக்கொண்டிருந்தன. சேரிக்குள் நுழைந்து விழா மேடையை நெருங்கியதும் வியப்பில் ஆழ்ந்து போனோம். வண்ணத் தோரணங்களால் அலங்கரிக்கப்பட்ட பிரமாண்ட விழாமேடை. மேடை யெங்கும் இசைக் கலைஞர்களும் பாடகர்களும் அண்ணலைப் போற்றிப் பாடல்கள் பாடிக்

கொண்டிருந்தனர். கிரேனில் பொருத்தப்பட்ட அதிநவீனத் தானியங்கி கேமராக்கள் அக்காட்சிகளை அங்குமிங்கும் அலைந்து பதிவுசெய்துகொண்டிருந்தன. ஆயிரக்கணக்கான ஆண்களும் பெண்களும் குழந்தைகளும் கொண்டாட்டக் குதூகலத்தில் களிப்புற்றிருந்தனர். கூடவே நூற்றுக்கணக்கான காவல்துறையினரும், வருவாய்த்துறை உயரதிகாரிகளும் பதற்றமான சூழலை உருவாக்கும் விதமாக அலைந்துகொண் டிருந்தனர். நீலவண்ண ஜரிகைத் துணி போர்த்தப்பட்ட அண்ணலின் சிலையைச் சுற்றிக் காவலர்கள் பாதுகாப்பு அரண்போல் சூழ்ந்திருந்தனர். சேரி முழுக்கக் காவல்துறை, வருவாய்த் துறையினரின் வாகனங்கள் நிறுத்தப்பட்டிருந்தன. அக்காட்சி ஒரு அசாதாரண சூழ்நிலையைப் பார்வையாளர்கள் மனதில் ஏற்படுத்திக்கொண்டிருந்தது.

காரணம் வேறொன்றுமில்லை. அண்ணலின் சிலை திறப்பிற்கு அரசு அனுமதி மறுத்திருக்கிறது. அம்பேத்கர் சிலை திறந்தால் ஊரில் கலவரம் ஏற்பட வாய்ப்புண்டு என அவ்வூர்ச் சாதி இந்துக்கள் சிலர் புகார் அளித்திருந்தார்களாம். ஆகவேதான் காவல்துறை, கலை நிகழ்ச்சிகளுக்கு மட்டும் அனுமதியளித்து அண்ணலின் சிலை திறப்பதற்குத் தடை விதித்திருக்கிறது. வேடிக்கை என்னவென்றால் அச்சிலை சேரிமக்களால் அச்சேரி யிலேயே அமைக்கப்பட்டிருக்கிறது. ஊர்த் தெருக்களுக்கும் அச்சேரிக்கும் எந்தத் தொடர்புமில்லை. அதுவும் பல ஆண்டுகளுக்கு முன்பே நிறுவிய சிலை; புனரமைப்புச் செய்து திறப்பதற்குத் தடை. சுதந்திர இந்தியாவின் அரசியலமைப்புச் சட்டத்தை எழுதிய அறிவுலக மாமேதையின் சிலையைத் திறப்பதற்கு, அவர்தம் சட்டத்தைக் கொண்டே தடைவிதித்துத் தடுத்து நிறுத்தி அவமதிக்கும் ஆதிக்க வெறியர்களையும் அரசின் அயோக்கியத்தனத்தையும் எதைக்கொண்டு அடிப்பது? அறிவைக் கொண்டுதான் அடிக்க வேண்டும்.

விழாவின் முத்தாய்ப்பாக ஆதித் தமிழர் விடுதலை இயக்கத்தின் தலைவர் தோழர் வினோத் உணர்ச்சி பொங்கப் பேசிமுடித்துத் தடையைமீறி அண்ணலின் சிலையைத் திறக்க முற்பட்டார். தடுத்து நிறுத்திய காவல்துறையிடமும் வருவாய்த் துறையினரிடமும் ஆதித் தமிழர் விடுதலை இயக்கத் தோழர்களும் சேரி மக்களும் வாக்குவாதத்தில் ஈடுபட்டு, பின் சமாதானம் அடைந்து காவல்துறைக்குக் கட்டுப்பட்டனர். கட்டுக்கடங்காத கூட்டம் ஒரு கலை இரவில் பங்கேற்ற பெருமகிழ்வுடன் வீடு திரும்பிக்கொண்டிருந்து. எழுச்சி மிகுந்த அந்த இரவில்தான் தோழர் தலித் சுப்பையாவுடனான முதல் சந்திப்பு நிகழ்ந்தது. அவரிடத்தில் என்னை அறிமுகம்

செய்துவைத்த பறையிசைக் கலைஞர்கள் தோழர்கள் ஜெ.கே., சக்திவேல் இருவரும் அவருடன் நீண்டகால நட்புடையவர் களாக இருந்தனர். விழா நிறைவுற்று ஆதித் தமிழர் விடுதலை இயக்கத்தின் தலைவர் தோழர் வினோத்துடனான அறிமுகத்தைத் தொடர்ந்து, யாருமற்ற மேடையில் தோழர் தலித் சுப்பையாவோடு வெகுநேரம் உரையாடிக்கொண்டிருந்தோம். அதற்கு முன் அவரது பாடல்களால் ஈர்க்கப்பட்டிருந்த நான் அவரது பாடல் வரிகளைச் சிலாகித்துப் பேச, அவர் நெகிழ்ந்துபோனார். 'எங்களுக்குப் பெயர் வைக்க உங்களுக்கு உரிமை தந்தது யாரடா...', 'வெல்ல முடியாதவர் அம்பேத்கர், அந்த வேங்கையைப் போல் போராடிய வீரன் யார்? வேறு யார்?' போன்ற பாடல்கள் இன்றும் ஆதிக்கத்திற்கு எதிராக என்னைக் கூர்தீட்டிக் கொண்டிருப்பவை. மக்கள் பாவலர் தலித் சுப்பையா அரை நூற்றாண்டிற்கும் மேலாகப் பாடல்கள் வழி அண்ணலைச் சேரிகள்தோறும் கொண்டு சென்றவர். படிக்காத பாமர மக்களிடையே அம்பேத்கரியத் தத்துவச் சிந்தனையை விதைத்ததில் பெரும் பங்காற்றியவர். ஒரு உன்னதமான கலைஞனைச் சந்தித்த பெருமிதத்தோடு அவரிடமிருந்து விடைபெற்று வந்தோம்.

தமிழ்ப் பல்கலைக்கழத்தில் 2013–2014ஆம் கல்வியாண்டில் எம்.ஃபில் படித்துக்கொண்டிருந்த காலகட்டத்தில்தான் பறையிசைக் கலைஞர் ஜெ.கே. என்கிற தோழர் ஜெயக்குமார் அறிமுகமாகியிருந்தார். அவரும் அப்போது கல்வியியல் துறையில் எம்.ஃபில் பட்ட மாணவராக இருந்தார். அவர் என்னுடன் நெருக்கமான நட்பிலிருந்தார். எங்கள் இருவரையும் அறியாதவர்கள் பல்கலைக்கழகத்தில் எவரும் இல்லை என்றே சொல்லலாம். அந்தக் காலகட்டத்தில்தான் திரைப்பட இயக்குநர் மு. களஞ்சியம், எழுத்தாளர் இமையத்தின், 'பெத்தவன்' நாவலைத் தழுவி 'முந்திரிக்காடு' எனும் திரைப்படத்தை இயக்கத் திட்டமிட்டிருந்தார். அதற்கான ஆயத்தப் பணிகளில் தோழர் ஜெ.கே.வும் பங்கேற்றிருந்தார். காரணம் கதையின் நாயகன் பறையிசைக் கலைஞனாகத் தோன்றுவதால் அக்கதாபாத்திரத்தை ஏற்று நடிக்கும் நடிகருக்குப் பறை கற்பிக்கும் ஆசிரியராகத் தோழர் ஜெ.கே. ஒப்பந்தமாகியிருந்தார். அப்படத்தின் நாயகன் புகழ், தோழர் சி. மகேந்திரனின் புதல்வன். நான் அப்போது ஐந்தாறு திரைப்படங்களில் உதவி இயக்குநராகப் பணிபுரிந்து விட்டுத் தவிர்க்க இயலாத சில காரணங்களால் தமிழ்ப் பல்கலைக்கழத்தில் ஆய்வுப் படிப்பை மேற்கொண்டிருந்தேன். என் சூழலை உணர்ந்திருந்த தோழர் ஜெ.கே. இயக்குநர் மு. களஞ்சியத்தின் 'முந்திரிக்காடு' திரைப்படத்தில் உதவி இயக்குநராகப் பணிபுரிய ஆலோசனை கூறினார். எனக்கு அதில் அப்போது உடன்பாடில்லை என்றாலும் தோழர்

ஜெ.கே.வின் அன்பான வேண்டுகோளை மறுக்க முடியவில்லை. அத்திரைப்படத்தின் இணை இயக்குநர் வானதீபனிடம் அறிமுகப்படுத்தப்பட்டு இயக்குநர் மு. களஞ்சியத்தின் இசைவோடு அத்திரைப்படத்தில் பணிபுரிவதற்கான வாய்ப்பு இப்படித்தான் அமைந்தது.

எம்.ஃபில் முடித்ததும் வீட்டில் திருமணப் பேச்சைத் தொடங்கியிருந்தார்கள். எனக்கு இப்போது திருமணம் வேண்டாமென மறுத்துவிட்டேன். வேண்டுமானால் தம்பிக்குத் திருமணம் செய்து வையுங்கள், என்னால் அவனது திருமணம் தடைபட வேண்டாம் என்று சொன்னேன். குடும்பத்தின் பொருளாதாரச் சுமைதாங்கியாக வெளிநாட்டில் வேலை பார்த்துக்கொண்டிருந்த எனது தம்பிக்குத் திருமணம் செய்து வைக்கச் சொல்லிப் பெற்றோரிடம் பேசினேன். ‘மூத்தவன் இருக்கும்போது இளையவனுக்குத் திருமணம் செஞ்சா ஊருலகம் தப்பாப் பேசாதா’ என்று பழங்கருத்துப் பேசிய பெற்றோரைப் பகுத்தறிவு பேசிச் சம்மதிக்கவைத்தேன். வெளிநாட்டிலிருந்த தம்பி கண்ணனை வரவழைத்தோம். இரண்டு மாதம் பெண்பார்க்கும் படலத்தைத் தொடர்ந்து திருமண ஏற்பாடுகள் உறுதியாயிற்று. விழாவிற்கு யாரை அழைக்கலாம் என்று யோசிக்கையில் வழக்கமாக எங்கள் இல்ல நிகழ்வுகள் யாவற்றிலும் மாவட்டத்தின் திமுக தலைவர்களும் பொறுப்பாளர்களும் சட்டமன்ற உறுப்பினர்களுமே பங்கேற்பார்கள். தம்பி திருமணத்தை அறிஞர் பெருமக்கள் தலைமையில் நடத்தலாமெனத் திட்டமிட்டிருந்தேன். நானும் தோழர் ஜெ.கே.வும் அதுகுறித்து ஆலோசித்துப் பாவலர் தலித் சுப்பையாவின் தலைமையில் திருமணத்தை நடத்தலாமென முடிவெடுத்தோம்.

சிறப்பு அழைப்பாளர்களாகத் திரைப்பட இயக்குநர் மு. களஞ்சியம், தஞ்சைத் தமிழ்ப் பல்கலைக்கழகப் பேராசிரியர்கள் முனைவர் கு. சின்னப்பன், முனைவர் தெ. வெற்றிச்செல்வன், முனைவர் சு. முருகன், இந்திய இராணுவத்தில் பணியாற்றும் தோழர் வேத்பிரகாஷ், எனது திரைஊடக நண்பர்கள் எனத் திருமண விழாவைச் சிறப்புற நடத்த வேண்டுமெனத் திட்டமிட்டோம். அதை உறுதி செய்வதற்காகத் தோழர் தலித் சுப்பையாவைத் தொடர்புகொண்டு, ‘ஐயா மார்ச் 18 (2016) தம்பியின் திருமணம். தாங்கள்தான் தலைமையேற்று நடத்தித்தர வேண்டும்’ எனச் சொன்னதும் மகிழ்ச்சியோடு சம்மதம் தெரிவித்தார். ‘திருமணம் எந்த ஊரில்’ என்றவரிடம் திருப்பனந்தாளில் என்றதும், ‘அடடே அப்படியா! ரொம்ப மகிழ்ச்சி தம்பி. தலித் அரசியல் வரலாற்றில் திருப்பனந்தாள் தவிர்க்க முடியாத ஊர். மாபெரும் போராளி ஐயா டி.எம். மணி

பிறந்த மண்ணாச்சே!' என்று நீலப்புலிகள் இயக்கத்தின் நிறுவனத் தலைவர் ஐயா டி.எம். மணி குறித்தும் அவரது அக்காலத்திய போராட்ட வாழ்க்கை குறித்தும் நினைவு கூர்ந்தார். 'அந்த மண்ணுல பிறந்ததுக்கு நீங்கலாம் பெருமைப் படணும் தம்பி' என்று உணர்ச்சி வயப்பட்டவராய்ப் பேசியவர், தான் அவசியம் திருப்பனந்தாள் வருவதாக உறுதிபடக் கூறினார்.

'ரொம்ப நன்றிங்கய்யா' என்றதும், 'வாழ்த்துக்கள் . . . சிறப்பா நடத்துங்க' என்றவர், 'தம்பி, அழைப்பிதழ்ல தலித் சுப்பையானு போடாதீங்க. லெனின் சுப்பையானு போடுங்க' என்றார். அவர் அப்படிச் சொன்னதும் அதிர்ச்சியுற்ற நான், 'ஐயா தலித் என்பதுதானே உங்களோட அடையாளம் அதை ஏன் மாத்தணும்?' என்று கேட்டேன். 'இல்ல தம்பி இந்த மாதிரி விழாக்கள்ல தலித் சுப்பையானு சொன்னதும் ஏதோ அருவருப்பா முகம் சுளிக்குறாங்க அதான்' என்றார். 'மக்கள் என்றால் எந்த மக்கள் ஐயா?' என்றதும், 'பொதுச் சமூகமும் சில நேரங்களில் வளர்ந்த நம்ம சமூகமும்தான் தம்பி' என்றார்.

'தலித்' என்ற தன் அடையாளத்தை மறைக்க அல்லது மாற்ற முயற்சிக்கும் அவர்மீது அந்த நொடி வருத்தமாக இருந்தாலும் தலித் என்ற அந்த ஒற்றைச் சொல் அவருக்குப் பெற்றுத்தந்த வலிகளை உணருகையில் சாதி இழிவையும், தீண்டாமை வன்மத்தையும் விதைத்த இந்து மதத்தின்மீதும் அதை நடைமுறைப்படுத்த இன்றைக்கும்கூட ஆழ்மனதி லிருந்து அகற்ற முடியாத ஆதிக்கத் திமிர்பிடித்து அலையும் சாதிவெறியர்கள் மீதும் அளவிட முடியாத கோபமே எழுகிறது.

தலித் அரசியலில் பேராட்டக்களம் பல கண்டவர்; அண்ணல் அம்பேத்கரைக் கற்று அப்புரட்சியாளரின் புகழை மேடைதோறும் முழங்கிக்கொண்டிருந்தவர்; எழுச்சி மிகுந்த மக்கள் பாவலரே, தீண்டாமையிலிருந்து தப்பிப் பிழைக்கும் நிலைக்குத் தள்ளப்பட்டிருக்கிறார் என்றால், இப்பெருந்தேசத்தின் மூலை முடுக்கெங்கிலும் சாதி இழிவிற்கும் இப்படித் தீண்டாமை வன்மத்திற்கும் உள்ளாகும் சாமானியர்களின் நிலை என்னவாக இருக்கும்? நவீன சுதந்திர இந்தியாவில் அறிவைப் போதிக்கும் பல்கலைக்கழகங்கள், கல்விக்கூடங்கள் எல்லாம் கொலைக்களக் கூடங்களாக மாறியிருக்கின்ற இன்றைய சூழலில் ரோகித் வெமுலாக்களும், முத்துக்கிருஷ்ணன்களும், அனிதாக்களும் சாதிய இழிவாலும் மத வன்மத்தினாலும்தான் சடலமாகிக் கொண்டிருக்கிறார்கள்! மறுக்க முடியாத இப்பேருண்மையை, 'தலித்' சுப்பையா 'லெனின்' சுப்பையாவாக மாறத் துடித்ததிலிருந்தும் உணர முற்படலாம்.

சாதி ஆணவம்

காலை வேளை. கீழச் சூரிய மூலையிலிருந்து கெளுத்தூர் செல்லும் கிராமச் சாலை. வயல்வெளிகளுக்குக் களையெடுக்கச் செல்லும் பெண்களும் மோட்டார் சைக்கிளில் சில ஆண்களும் அச்சாலையில் சென்றுகொண்டிருக்கின்றனர். அதிகாலையிலேயே தனது வயலுக்குச் சென்றுவிட்டு அவ்வழியே வீட்டிற்குத் திரும்பிக்கொண்டிருந்தார் கெளுத்தூர் சேரியைச் சேர்ந்த 60 வயது முதியவர் நாகூரான். அதேவேளை தன் பக்கத்து வயல்காரரான கொடியாளம் குடித்தெருவைச் சேர்ந்த 45 வயதுடைய பழனி என்பவர் தனது மோட்டார் சைக்கிளில் நாகூரனைக் கடந்துசெல்கிறார். அந்நபரைப் பார்த்த மாத்திரத்தில் அவரிடம் ஏதோ விசாரிக்கும் பொருட்டு வண்டியை நிறுத்தச் சொல்கிறார் நாகூரான். அதற்குள் சற்றுத் தூரமாகச் சென்றுவிடும் பழனியை, 'யே... பழனி' என்று அவர் பெயரைச் சொல்லி அழைக்கிறார். மோட்டார் சைக்கிளை நிறுத்திவிட்டு, பழனி நாகூரானை முறைத்துப் பார்க்க, நாகூரானோ பழனியருகே சென்றுகொண்டே, 'ஒத்த பத்திபோட்டு நடவு நட்டுருக்கேன் பழனி... மானியம் எப்பக் கொடுப்பாங்கனு எதும் சேதி தெரியுமா?' என்று கேட்கிறார்.

பழனி, அதற்கு 'இப்ப என்ன சொல்லி கூப்ட நீ?' எனக் கோபத்தோடு கேட்கிறார். நாகூரானோ 'ஏம்பா பழனி நான் எதும் தப்பா சொல்லலியே பழனினு பேரச் சொல்லித்தானே கூப்டேன்...', 'நீ யார்ரா என் பேரச் சொல்லிக் கூப்புட? அதுவும் ஏ... பழனினு...', 'ஏம்பா நீ தூரமாப் போய்ட்டதால காதுக்கு கேக்காதுனு ஏ... பழனினு சத்தம் போட்டுக் கூப்டேன். அதுக்குப் போயி கோவிச்சுக்குற. சரிப்பா தப்புதான் நீ போ. நான் வேற யாருகிட்டயாச்சும் சேதி கேட்டுக்குறேன்' என்று சொல்லி நாகூரான் அங்கிருந்து நடக்க ஆரம்பிக்கிறார், பழனியும் கோபத்தோடு மோட்டார் சைக்கிளை

ஸ்டார்ட் செய்து அங்கிருந்து புறப்படுகிறார். இருவரையும் கடந்துசெல்லும் உள்ளூர்ப் பாதசாரிகள் அக்கம் பக்கத்து வயல்காரர்கள் ஏதோ பேசிவிட்டுச் செல்கிறார்கள் என்று பார்த்துக்கொண்டே செல்கின்றார்கள்.

நண்பகல், கௌுத்தூர் சேரியில் நாகூரான் மனைவி பஞ்சவர்ணம் வீட்டிற்குள் சமையல் செய்துகொண்டிருக்கும் போது வீட்டு வாசலில் இரண்டு மோட்டார் சைக்கிள் வந்து நிற்கின்றன. பழனி உட்பட அதில் வந்த நான்கு பேர், கோபத்தோடும் ஆவேசத்தோடும், 'எலே நாகூரான் வெளில வாடா' எனக் கத்துகிறார்கள். பதற்றத்தோடு குடிசைக்குள்ளிருந்து வெளியே வரும் பஞ்சவர்ணம், 'ஐயா... ஏம்பா... என்ன பிரச்சன?' எனக் கேட்க, 'எங்க அவன்? மொதல்ல அவன வெளில வரசொல்லு...' என்கிறார்கள் அவர்கள்.

ஏதோ விபரீதம் என்பதைப் புரிந்துகொண்ட பஞ்சவர்ணம் 'ஏம்பா இப்படி கோபப்படுறீங்க... அந்த ஆளு யார்கிட்டயும் வம்புதும்புக்குப் போகாதவராச்சே அவர்கூட ஒங்களுக்கு என்னயா பிரச்சன? என்ன ஏதுனு சொல்லுங்கப்பா நா கண்டிச்சுப்புடுறேன்' என்கிறார் கலக்கத்துடன். பழனியோடு வந்த மூவரில் ஒருவன், 'ஒம் புருசனுக்கு அம்மோ திமுறு மசுரா... ரோட்ல போயிட்டிருந்த எம் மச்சான பேரச் சொல்லிக் கூப்டுருக்கான். கொடியாளம் வன்னியனுங்க என்ன ஒங்க வீட்டுக்கு மாடு மேச்சவனுவளா? மொதல்ல அவன வெளில வரச் சொல்லு.', 'சத்தியமா அந்த ஆளு இப்ப வீட்ல இல்லப்பா... அவரு தங்கச்சி வீட்டுக்கு ஆடிப் பதினெட்டுக்கு வரிச எடுத்துட்டுப் போயிருக்காரு, வந்ததும் நானே கண்டிச்சுப் புடுறேன் போங்கப்பா' என்று பஞ்சவர்ணம் சொல்ல, அதற்குப் பழனி, 'அவங்கிட்ட சொல்லி வை; கொடியாளத்தானுவள பத்தித் தெரியும்ல ...' என்பதோடு மேலும் சில வன்சொற்களைப் பேசிவிட்டுப் போகிறார்கள்.

மாலை 5 மணி வாக்கில், தன் தங்கை வீட்டிற்குச் சென்று விட்டுக் கொடியாளம் வழியாக சைக்கிளில் வீடு திரும்பிக் கொண்டிருந்தார் நாகூரான். அதேவேளை, பழனி தன் சகாக்கள் நால்வருடன் முன்பே திட்டமிட்டபடி, மதுவருந்திய போதையோடும் நாகூரானைத் தாக்கும் வன்மத்தோடும் கொடியாளம் கடைவீதியில் வழிமறிக்கிறார்கள். செய்வதறியாது திகைக்கும் நாகூரான், 'ஏம்பா பழனி நான் என்ன தப்பு பண்ணிட்டேனு இப்படி வழிமறிக்குறீங்க' என்று பதற்றத்தோடு கேட்கிறார். அவரைத் தொடர்ந்து பேசவிடாமல் பழனி சரமாரியாகக் கைகளால் தாக்குகிறான். சைக்கிளோடு நிலைதடுமாறிக் கீழே விழுகிறார் நாகூரான். கீழே விழுந்து கிடக்கும் நாகூரானை 'அட பற வம்மாளவோழி... என்ன

பேரச் சொல்லிக் கூப்டுற அளவுக்கு ஒனக்கு திமுறு மசுறாடா' எனத் திட்டிக்கொண்டே ஈவு இரக்கமின்றி ஓங்கி மிதிக்கிறான் பழனி. அடிதாங்க முடியாமல் மூர்ச்சையாகி மயக்கமடையும் நாகூரானை அங்கிருக்கும் வன்னியர் சாதி ஆண்களும் பெண்களும் வேடிக்கை பார்த்துச் செல்கின்றனர்.

வழிப்போக்கர் ஒருவர் நாகூரானை மீட்டு, கௌுத்தூர் சேரிக்கு அழைத்து வருகிறார். நாகூரானின் நிலைமை கவலைக்கிடமாக, சேரிமக்கள் 108 ஆம்புலன்ஸை அழைக்கிறார்கள். நாகூரான் கும்பகோணம் அரசு மருத்துவமனையில் அவசரச் சிகிச்சைப் பிரிவில் அனுமதிக்கப்படுகிறார். அவரது விலா எலும்புகள் சேதமடைந்திருப்பதாகவும் அத்தோடு வயிற்றில் மிதித்ததால் உள்ளுறுப்புகள் பாதிப்படைந்திருக்கக் கூடும் எனச் சொல்லும் மருத்துவர் பரிசோதனைகள் மேற்கொள்ளப் பரிந்துரைக்கிறார். மருத்துவர் சந்தேகித்ததைப் போலவே, கல்லீரலில் இரத்தக்கட்டு இருப்பதை மருத்துவப் பரிசோதனை உறுதிசெய்கிறது.

மறுநாள் காலை 04–08–2017 கும்பகோணம் அரசு மருத்துவமனை அளித்த தகவலின் பேயரில், பந்தநல்லூர் சரக காவல் நிலையத்திலிருந்து காவலர் ஒருவர் நாகூரானைச் சந்தித்து நேரடி வாக்குமூலங்களைப் பெற்றுச் செல்கிறார். வழக்குப் பதிவு செய்யவில்லை. தன் தந்தை ஆதிக்கச் சாதி வெறியர்களால் தாக்கப்பட்ட செய்தி அறிந்து, வெளியூர் வேலைக்குச் சென்றிருந்த அவரது இளையமகன் இராஜ்குமார், எனக்குத் தொலைபேசியில் அழைத்து, 'அண்ணா, கொடியாளம் குடியானத்தெரு பழனிங்குறவன் அவன் பேரச் சொல்லி அப்பா கூப்டதுக்காக அவர அடிச்சுட்டானாம்... அப்பாவுக்கு ரொம்ப முடியாம கும்பகோணம் பெரியாஸ்பத்திரில சேர்த்துருக்காங்களாம். பந்தநல்லூர் போலீஸ் அப்பாட்ட வாக்குமூலம் வாங்கிட்டுப் போயிருக்காங்க. ஆனா அவனுங்கமேல இன்னும் கேஸ்போடல. நீங்கபோயி என்னானு பாருங்க. நான் நாளைக்கு ஊருக்கு வாறேன்' என்று பதற்றத்தோடு பேசினான்.

அன்று மதியம், நீலப்புலிகள் இயக்கத் தலைவர் டி.எம். புரட்சிமணியும் தோழர்கள் சிலரும் நானும் பந்தநல்லூர் காவல் நிலையம் சென்றோம். ஆய்வாளரைச் சந்தித்துப் பெயரைச் சொல்லி அழைத்ததற்காகச் சாதி சொல்லி இழிவுபடுத்தி நாகூரானைக் கடுமையாகத் தாக்கிய கொடியாளம் வன்னியர்கள் பழனி, வீரமணி உட்பட நால்வர் மீதும் வன்கொடுமை தடுப்புச் சட்டத்தின் கீழ் வழக்குப் பதிவு செய்ய வேண்டுமெனக் கோரிக்கை வைத்தோம். விசாரணை செய்து நடவடிக்கை எடுக்கிறோம் என்றார் காவல் ஆய்வாளர்.

இதற்கிடையில் கல்லீரலில் அடிபட்டு ஆபத்தான நிலையில் இருந்தார் நாகூரான். தஞ்சாவூர் அரசு மருத்துவக் கல்லூரி

மருத்துவமனைக்கு நாகூரானைக்கொண்டுசெல்லக் கும்பகோணம் அரசு மருத்துவமனைத் தலைமை மருத்துவர் பரிந்துரைத்தார். நாகூரான் தஞ்சை மருத்துவக் கல்லூரி மருத்துவமனையில் தீவிரச் சிகிச்சைப் பிரிவில் அனுமதிக்கப்பட்டார். இரண்டு நாள் காத்திருப்பிற்குப் பிறகு அம்பேத் சேசாத்திரி என்ற தோழருடன் பந்தநல்லூர் காவல்நிலையம் சென்று, நாகூரான் நிலைமையை எடுத்துக்கூறி விரைவாகக் குற்றவாளிகளைக் கைதுசெய்யக் கோரி அங்கிருந்த தலைமைக் காவலரிடம் முறையிட்டோம். முருகானந்தம் என்ற காவலர் "எங்களிடம் சமாதானமாகச் சென்றுவிடுங்கள், வழக்குகள் வேண்டாம். அவர்களிடமிருந்து உங்களுக்கு இழப்பீடு வாங்கித் தருகிறோம்" எனக் கட்டப் பஞ்சாயத்துப் பேசினார். மறுநாள் நூற்றுக்கணக்கானவர் களைத் திரட்டிக்கொண்டு பந்தநல்லூர் காவல்நிலையத்தை நீலப்புலிகள் இயக்கத் தலைவர் டி.எம். புரட்சிமணி தலைமையில் முற்றுகையிட்டோம். மீண்டும் ஆய்வாளர் உறுதி அளித்ததன் பெயரில் போராட்டத்தைக் கைவிட்டு வீடு திரும்பினோம். மறுபடியும் மூன்று நாட்கள் காத்திருந்தோம். குற்றவாளிகள் கைது செய்யப்படவில்லை. (சாதாரணப் பிரிவில்) வழக்குப் பதிவு செய்து குற்றவாளிகளைத் தேடி வருகிறோம் எனக் காவலர்கள் அலட்சியமாகப் பதில் சொன்னார்கள். ஆனால் குற்றவாளி பழனி தன் சகாக்களோடு வழக்கம்போல் ஊரில் நடமாடிக்கொண்டிருந்தான்.

அடுத்த நாள் அண்ணன் டி.எம். புரட்சிமணி, பகுஜன் சமாஜ் கட்சியின் மாவட்டத் தலைவர் அண்ணன் இராஜவேல், வெல்பர் பார்ட்டி மாவட்டப் பொருளாளர் தோழர் அப்துல் ரகுமான், ஐயா ஜெ. பழனிச்சாமி, வழக்கறிஞர் கண்ணபிரான் உட்படத் தோழர்கள் புடைசூழத் திருவிடைமருதூர் டி.எஸ். பியைச் சந்தித்தோம். நடந்தவற்றை எடுத்துக்கூறித் தஞ்சை மருத்துவமனையில் இருக்கும் நாகூரானின் மருத்துவ ஆவணங்களைக் கொடுத்தோம். உண்மையை உணர்ந்து, டி.எஸ்.பி. நேர்மையாக நடந்துகொண்டார். எங்கள் முன்பாகவே பந்தநல்லூர் காவல் ஆய்வாளருக்குப் தொலைபேசியில் அழைத்துக் கடுமையாகத் திட்டினார். அடுத்த நாள் தனது தலைமையில் நேரடி விசாரணை செய்து வன்கொடுமைத் தடுப்பு வழக்கில் பதிவு செய்து விரைவில் குற்றவாளிகளைப் பிடிக்கிறோம் என உறுதிபடக் கூறினார்.

இரண்டொரு நாள் கழித்து டி.எஸ்.பி. நேரடி விசாரணை செய்து வன்கொடுமை நிகழ்ந்திருப்பதை உறுதிப்படுத்திக் கொண்டார். வன்கொடுமைத் தடுப்புச் சட்டத்தின்கீழ் பழனி உட்பட நால்வர்மீதும் *"FIR No. 153/2017 INDIAN PENAL CODE, 1860. [PREVENTION OF ATROCITIES] AMENDMENT ACT 2015. Section 294(b), 323, 3(1) (r), 3(1) (s), 3(2) (va)"* என்ற ஐந்து பிரிவின் கீழ் வழக்குப்

பதிவு செய்யப்பட்டது. ஆனாலும் குற்றவாளிகள் யாரும் கைது செய்யப்படவில்லை. பெரும் போராட்டத்திற்குப் பிறகு, வழக்குப் பதிவு செய்வதற்கே ஒருவார காலம் கழிந்துவிட்டது.

பழனியும் சகாக்களும் கைதிலிருந்து தப்பிக்கப் பந்தநல்லூர் காவல்துறையினர் பலவழிகளில் உதவி செய்தார்கள். அதற்காகப் பழனி தன் நிலத்தைப் பயிரிட்ட கரும்போடு அடமானம் வைத்துக் காவல்துறைக்குப் பெருந்தொகை கொடுத்துவிட்டுப் புலம்புவதாக உள்ளூர்வாசி ஒருவர் மூலம் அறிந்தோம். எனினும் நீதி கிடைத்தே தீருமென்ற நம்பிக்கையோடு காத்திருந்தோம். பழனி முன்ஜாமின் கேட்டுத் தஞ்சாவூரில் உள்ள பிசிஆர் சிறப்பு நீதிமன்றத்தில் மனுத் தாக்கல் செய்திருப்பதாகச் செய்தி கிடைத்தது. குற்றவாளிகளுக்கு ஜாமின் கிடைத்துவிடக் கூடாது என்பதற்காக நானும் டி.எம். புரட்சிமணியும் அரசு வழக்கறிஞர் சதீஷ் என்பவரை அம்மாப்பேட்டையில் உள்ள அவரது இல்லத்தில் சந்தித்தோம். நடந்தவற்றை எடுத்துக் கூறினோம். அத்தோடு எங்களால் இயன்ற சிறு தொகையையும் அவரிடம் கொடுத்தோம். எவ்விதக் குற்ற உணர்ச்சியும் இல்லாமல் பாதிக்கப்பட்ட தரப்பிடமிருந்தே பணத்தை வாங்கிக்கொண்டார் அரசு தரப்பு வழக்கறிஞர் சதீஷ். குற்றவாளிகள் அரசு தரப்பு வழக்கறிஞருக்குப் பணம் கொடுத்துக் காரியத்தைக் கச்சிதமாக முடித்துக்கொள்வார்கள் என்று தோழர் ஒருவர் அனுபவத்திலிருந்து கூறியிருந்தார். எனவே அப்படியும் அவர்கள் தப்பித்துவிடக் கூடாது; எனவே, அரசு தரப்பு வழக்கறிஞருக்கு நாங்களே பணம் கொடுத்தோம்.

ஆனால் நீதிமன்றத்தில் ஆஜராவதற்குப் பாதிக்கப்பட்ட நாகூரானுக்குச் சரியான தகவல் தராமல் குற்றவாளிகளுக்கு எளிதாக ஜாமின் கிடைக்க வழிசெய்தார்கள் பந்தநல்லூர் காவல் துறையினரும் அரசு வழக்கறிஞர் சதீஷும். நாகூரான் வழக்கில் இதுவரை யாரும் கைது செய்யப்படவுமில்லை, தண்டிக்கப்படவும் இல்லை. வழக்கு மட்டும் நடந்துகொண்டிருக்கிறது. பாதிக்கப்பட்ட நாகூரானுக்கு அரசு தரும் இழப்பீட்டுத் தொகை ஐம்பதாயிரம் ரூபாய் இரண்டு ஆண்டுப் போராட்டத்திற்குப் பிறகு கிடைத்தது. மீதமுள்ள இழப்பீட்டுத் தொகையைப் பெறுவதற்கு அவர் ஆட்சியர் அலுவலகத்திற்கு நடையாய் நடக்க வேண்டும்.

நன்கு தெரிந்த சாதி இந்து ஒருவரைப் பெயர்சொல்லி அழைத்ததற்காகக் கடுமையாகத் தாக்கப்பட்டு ஒரு காது கேட்கும் திறனை இழந்து, நீதி கிடைக்காமல் இன்றுவரை உடலளவிலும் மனதளவிலும் அப்பாதிப்பிலிருந்து மீள முடியாமல் தவிக்கும் நாகூரான் வேறு யாருமல்லர் என் பெரியப்பா. அவர் என் அம்மாவின் அக்காள் கணவர்தான்.

பா. இரஞ்சித்தும் இராஜராஜ சோழனின் ஒன்பது சாதிப் பெயரன்களும்!

ஒருங்கிணைந்த அன்றைய மேலத்தஞ்சையின் தீண்டாமை ஒழிப்புப் போராளியும் நீலப்புலிகள் இயக்கத்தின் நிறுவனருமான மறைந்த டி.எம். மணி என்கிற ஐயா டி.எம். உமர்ஃபாரூக்கின் நினைவைப் போற்றும் விதமாக, 2019ஆம் ஆண்டு ஜூன் திங்கள் 5ஆம் தேதி திருப்பனந்தாளில் டி.எம். புரட்சிமணி தலைமையில் 4 ஆம் ஆண்டு நினைவேந்தல் நிகழ்ச்சி நடைபெற்றது. அந்நிகழ்வில் டி.எம். மணி தலைமையேற்று நடத்திய குடிதாங்கிப் போராட்டம் குறித்து நான் இயக்கிய 'தமிழ்க் குடிதாங்கி' எனும் ஆவணப் படம் வெளியிடப்பட்டது. அவ் ஆவணப் படத்தைத் திரைப்பட இயக்குநரும் நீலம் பண்பாட்டு மைய நிறுவனருமான பா.இரஞ்சித் வெளியிட்டார்.

அடையாள அரசியலால் அழித்தொழிக்கப் பட்ட குடிதாங்கிச் சேரிமக்களின் போராட்ட வரலாற்றை மீட்டுருவாக்கும் நோக்கில் உருவாக்கப் பட்ட ஆவணப்படம் 'தமிழ்க் குடிதாங்கி'. திருப்பனந்தாள் காசி மடத்திற்கு, நாற்பதாயிரம் ஏக்கர் நிலம் இருப்பது, அந்நிலங்கள் பெருமளவில் வெள்ளாளர்கள், பார்ப்பனர்கள் வசமிருப்பது, அந்நிலங்களில் கூலிகளாக உழைக்கும் தலித் மக்கள்

நிலமற்றவர்களாகச் சுரண்டப்படுவது, அத்தகைய சைவமட ஆதிக்கத்திற்கு உட்பட்ட அவ்வூரின் சேரியில் பிறந்த டி.எம். மணியின் வரலாற்றுப் பின்புலம் ஆகியவை அந்தப் படத்தில் எடுத்துரைக்கப்பட்டிருந்தன. ஆயிரக்கணக்கான பொதுமக்களும் சேரி இளைஞர்களும் உணர்ச்சிப் பெருக்கோடும் ஆரவாரத்தோடும் பார்வையிட்டனர். ஆவணப் படத்தை முன்வைத்து நினைவேந்தல் உரை நிகழ்த்திய இயக்குநர் பா. இரஞ்சித் டி.எம். மணியின் போராட்டங்களை நினைவுகூர்ந்து பேசினார். சுமார் நாற்பது நிமிடங்கள் நீண்ட அவ்வுரையின் இடையே, திருப்பனந்தாள் போன்ற மடங்களில் மட்டுமல்ல, மன்னர்கள் காலந்தொட்டே, உழைக்கும் தலித் மக்களின் நிலங்கள் பறிக்கப்பட்ட வரலாற்றை யும் பேசினார். குறிப்பாகத் தஞ்சைப் பகுதியை ஆட்சி செய்த இராஜராஜன் ஆட்சிக் காலத்தில் தலித் மக்களின் நிலங்கள் பறிக்கப்பட்டதை வரலாற்று ஆய்வு நூல்களை அடிப்படையாகக் கொண்டும், டி.எம். மணி எழுதிய புத்தகச் செய்தியை ஆதார மாகக் கொண்டும் அவர் பேசியிருந்தார்.

மறுநாள் ஊடகங்கள், பா. இரஞ்சித் பேச்சின் சாராம்சத்தைத் திரித்து, இராஜராஜ சோழன் பற்றிய செய்தியை மட்டும் துண்டித்துத் தொலைக்காட்சிகளில் ஒளிபரப்பின. குறிப்பாக 'பாலிமர்' தொலைக்காட்சி பா. இரஞ்சித், இராஜராஜ சோழனை இழிவுபடுத்திப் பேசியதாகச் சர்ச்சைக்குரிய வகையில் செய்தி வெளியிட்டது. அதன் விளைவாக பா. இரஞ்சித்திற்கு எதிராகச் சமூக வலைதளங்களில் பலர் சாதிய வன்மத்தோடு கருத்துக்களைப் பரப்பினர். இரஞ்சித்தின் தலையைத் துண்டித்துவிடுவதாகவும் அவரது நாவினை அறுப்போம் என்றும் வெளிப்படையாகவே காணொளிகளை வெளியிட்டனர். ஒரு கருத்திற்கு எதிர்க்கருத்து இருப்பதென்பது இயல்பானதுதான். ஆனால் இரஞ்சித்திற்கு எதிராக அப்படியொரு மூர்க்கத்தனமான எதிர்வினை என்பது கருத்து மோதலாக இல்லாமல் சாதிய வன்மத்தோடும் ஆணவத்தோடும் நிகழ்ந்தன.

வன்னியரில் தொடங்கி வெள்ளாளர், முக்குலத்தோர் என ஒன்பது சாதிகள் இராஜராஜ சோழனுக்கு உரிமைகோரி ஒப்பாரி வைத்தார்கள். திருப்பனந்தாள் காவல் ஆய்வாளர் கவிதா தானாகவே முன்வந்து பா. இரஞ்சித்மீது வழக்குப் பதிந்தார். ஒன்பது சாதிப் பெயரன்களையும் திருப்திப்படுத்திக் கலவரச் சூழலைக் கட்டுக்குள் கொண்டுவந்ததாக, வழக்குரைஞர்கள் புடைசூழ இரஞ்சித் நிபந்தனை ஜாமீனில் கையெழுத்திடத் திருப்பனந்தாள் காவல் நிலையம் வந்தபோது திருவிடைமருதூர் டி.எஸ்.பி. முன்னிலையில் தன்னிலை விளக்கம் தந்தார் கவிதா.

இயக்குநர் பா. இரஞ்சித் ஒடுக்கப்பட்ட மக்களின் விடுதலைக் குரலையும் அம்மக்களின் வாழ்வையும் வலியையும் கொண்டாட்டங்களையும் ஓங்கி ஒலிக்கும் திரைக்கலைஞன். திரையுலகில் இரஞ்சித்தின் வருகையும் அவர் முன்வைத்த கலையும் அரசியலும் அசாத்தியமானவை! இயக்குநர் வெற்றி மாறனின் 'அசுரன்', இயக்குநர் ஞானவேலின் 'ஜெய் பீம்' போன்ற படைப்புகள் தமிழ் சினிமாவைத் தடம்மாற்றி வைத்திருப்பதற்கான சாட்சியமாக மிளிர்கின்றன; எனில், அது பா. இரஞ்சித்தின் வருகைக்குப் பிந்தைய மாற்றம்; அவர் முன்வைத்த கலை அரசியலின் கலகத்தால் விளைந்த மாற்றம் என்பதை உறுதியாகக் கூற முடியும்.

வரலாற்று ஆய்வாளர்களாலும் இலக்கிய விற்பன்னர்களாலும் அரசியல்வாதிகளாலும் தொடர்ந்து முன்வைக்கப்படும் கருத்துக்கள்தான், இராஜராஜ சோழன் பற்றி இரஞ்சித் கூறிய கருத்துக்களும். ஆனால் அத்தகையோரை எல்லாம் விட்டுவிட்டு இத்தனை தாக்குதல்களையும் வன்முறைகளையும் இரஞ்சித்மீது ஏவ, ஒரேயொரு ஒற்றைக் காரணம்தான் இருந்திருக்க முடியும். அது ஒடுக்கப்பட்ட சமூகத்திலிருந்து வந்திருக்கும் ஒருவன் இத்தகைய கருத்தை எப்படி துணிந்து பேசலாம் என்பதே! அதிலும் இராஜராஜ சோழனின் ஒன்பது சாதிப் பெயரன்களுக்கும் பா. இரஞ்சித் மீதான கோபம் என்பது தங்கள் முப்பாட்டனுக்கான ஆதரவுக் குரல்களாக அல்லாமல் ஒடுங்கிக் கிடந்த தலித் இளைஞர்கள் கூட்டத்தைக் கொண்டாட்டத்திற்குரியவர்களாக மாற்றிவைத்திருக்கும் கலைஞன் மீதான காழ்ப்புணர்ச்சி. அறிவார்ந்த நிலையில் அவரது படங்களை முன்வைத்து அவரைச் சாட முடியாதவர்கள் இராஜராஜ சோழன் பற்றிய கருத்திற்கு எதிர்வினை என்பதுபோலச் செயல்பட்டார்கள். சாதிய மனநோய் பிடித்தவர்கள் இதையொரு வாய்ப்பாகக் கருதித்தான் சமூக வலைதளங்களில் அத்தனை அருவருக்கத்தக்க வார்த்தைகளால் வசைபாடித் திருப்தியடைந்தார்கள்.

இந்தச் சம்பவத்திற்குச் சில வாரங்கள் கழித்துக் குடித்தெரு நண்பன் ஒருவனிடம் எங்கள் ஊர் கடைவீதியில் நின்று யதேச்சையாகப் பேசிக்கொண்டிருந்தேன். அவன் 'நண்பா, ஒங்க ரஞ்சித்துக்கு எதுக்கு இந்த வேண்டாத வேல... படம் எடுத்தமா நாலு காசு பாத்தமானு இல்லாம... ஒங்காளுவ கொஞ்சம் வளந்துட்டாவே இப்படித்தான் நண்பா. இந்த மாதிரி பிரச்சனைலாம் கண்டுக்காம இளையராஜா போல மேல போயிட்டே இருக்கணும். நீயெல்லாம் கொஞ்சம் கவனமாவே இரு. இந்த மாதிரி விசியங்கள பத்திலாம் வெளில பேசாத' என்று அறிவுரை கூறினான்.

‘உன்னோட அக்கறைக்கு ரொம்ப நன்றி நண்பா. நீ பாரு ரொம்ப நல்லவனாப் பேசுற. ஆனா ஒங்காளுவ இன்னும் சாதி வெறிபிடிச்சுல அலையுறானுவ. அவனுவளுக்குப் புத்திவர வரைக்கும், போராடாம, கருத்துச் சொல்லாம இருக்க முடியுமா?’ என்று கேட்டேன். ‘சரி நான் வாறேன் நண்பா’ என்று பேச்சை அத்தோடு முடித்துக்கொண்டு புறப்பட்டுப் போனான் நண்பன்.

தோற்ற மயக்கம்

சீனிவாசலு என் நெருங்கிய நண்பன். தெலுங்கு மொழியைத் தாய்மொழியாகக் கொண்டவன். தமிழில் நன்கு பேசக்கூடியவன். சென்னை எம்.ஜி.ஆர். அரசு திரைப்படக் கல்லூரியில் மற்ற சக மாணவர்களோடு இல்லாத நெருக்கம் சீனிவாசலுவிடம் ஏற்பட்டதற்குக் காரணம் என்னவென்று சொல்லத் தெரியவில்லை.

கருத்த நிறத்தில் கம்பீரமான உடலமைப்பினைக் கொண்ட சீனிவாசலு நீண்ட தலைமுடி வைத்திருப்பான். அவ்வப்போது அக்கூந்தலைக் கோதிவிடுவதும் பராமரிப்பதும் என அவனது கூந்தல் நேசம் பார்ப்பதற்கே பரவசமாய் இருக்கும். எங்கள் கல்லூரியில் மாணவர்களில் தொடங்கிப் பேராசிரியர்கள்வரை சீனிவாசலுவைத் தெரியாதவர்கள் யாரும் இருக்க முடியாது. ஏனெனில் நீண்டு வளர்ந்த அவன் கருங்கூந்தல் மற்றவர்களிடமிருந்து அவனைத் தனித்துக் காட்டும்.

சீனி முற்போக்கான சிந்தனை கொண்டவன். ஒருவேளை அந்த எண்ணம்கூட எங்களை ஒன்றிணைத்திருக்கலாம்! விடுமுறை நாட்களில் சீனியோடு சேர்ந்து சென்னையைச் சுற்றி வருவது ஓர் அலாதியான அனுபவம். அவனுக்கு என்னளவிற்கு இலக்கியப் பரிச்சயம் இல்லை. என்றாலும், பலதரப்பட்ட மக்களையும் அவர்களது வாழ்வையும் இலக்கியமாகப் பார்க்கத் தெரிந்தவன். எந்நேரமும்

புத்தகங்களோடு உலவும் என்னைப் பார்த்து "டேய் புத்தகம் மட்டும் பேசக் கூடாதுடா. அனுபவமும் பேசணும். அப்பதாண்டா நாம டைரக்டர் ஆக முடியும்," என்று அவன் கிண்டல் தொனிக்கக் கூறுவதுண்டு.

ஒரு நாள் நானும் சீனியும் சென்னை கன்னிமாரா நூலகத்திற்குச் சென்றுவிட்டு, புதுப்பேட்டை வழியாகப் புளியந்தோப்பிற்குப் பேருந்தில் சென்றுகொண்டிருந்தோம். அங்கு சுவையான மாட்டுக்கறி கிடைக்குமென்று அவன் அழைத்துப் போனான். வாகன உதிரிப் பாகங்கள் வண்டி வண்டியாய் குவிந்து கிடக்கும் கடை வீதிகள்! பரபரப்பாய் இயங்கிக்கொண்டிருக்கும் மனிதர்களெனப் புதுப்பேட்டை புதுவிதமான பேட்டையாகவே காட்சி அளித்தது.

புதுப்பேட்டைக்கு அடுத்துச் சற்றுத் தொலைவில் ஒரு பேருந்து நிறுத்தத்தில் இறங்கிப் புளியந்தோப்பில் நாங்கள் செல்ல வேண்டிய இடத்திற்குக் கால்நடையாக நடந்துசென்று கொண்டிருந்தோம். எதிரே அழுக்குப் படிந்த ஆடையுடன் குழந்தை ஒன்றைச் சுமந்துகொண்டு சிறுமி ஒருத்தி பிச்சையெடுத்துக் கொண்டிருந்தாள். அக்காட்சியைக் கண்டதும் மனம் பரிதவித்தது. அச்சிறுமியைக் கடந்துசெல்கையில் என் அனுதாபத்தை அவனோடு பகிர்ந்துகொள்ள மட்டுமே முடிந்தது. அதற்கும் சற்றுத் தொலைவில் ரிக்ஷாக்கார முதியவரை மாற்று உடையில் இருக்கும் காவலர்கள் இருவர் சட்டையைப் பிடித்து இழுத்துக் கொண்டிருந்தனர். அக்காட்சியைக் கண்டதும் கோபத்தோடு, "என்னடா சீனி இப்படிப் பண்றானுங்க" என்றேன். ஆனால், அதுபற்றி அவன் என்னிடம் எந்தக் கருத்தையும் சொல்ல எத்தனிப்பதாய்த் தெரியவில்லை. "அந்த வயசானவர பார்த்தா பாவமா இருக்குடா." "என்ன தப்பு பண்ணியிருப்பாருன்னு இப்படிப் போட்டு அடிக்குறானுங்க?" என்ற என் கேள்வியை முடிப்பதற்குள்ளாகவே அந்த முதியவர் தடுமாற்றத்துடன் தன்னுடைய ரிக்ஷாவை இழுத்துக்கொண்டு அவ்விடத்தைவிட்டு நகர்ந்துகொண்டிருந்தார். சாலையோரம் நிறுத்தப்பட்டதற்கான தண்டனைதான் அது என்பதைப் புரிந்துகொண்ட நாங்கள் மௌனமாகி அக்காவலர்களைக் கடந்து நடந்துகொண் டிருந்தோம். நான் அதிலிருந்து விடுபடாமல் புலம்பிக் கொண்டிருந்தேன். சற்று அமைதிக்குப் பின், "இதெல்லாம் இங்க சர்வ சாதாரணம். கம்முன்னு வாடா" என்றான் சீனி. என்னைக் கிராமத்தான் என்பதைச் சொல்லாமல் சொல்லி ஞாபகப்படுத்துகிறான் என்பதைப் புரிந்துகொண்டு, அமைதியானது போல் எதுவும் பேசாமல் அவனோடு நடந்தேன்.

அப்போது பின்னிருந்து எங்களை யாரே அழைப்பதுபோல் தோன்ற அதற்குள், "டேய் குடுமி" என்றொரு குரல்! நான் சட்டெனத் திரும்பிப் பார்த்தேன். அதே காவலர்கள்! ஏதோ விபரீதம். ஒருவித அச்சத்தோடு சீனிவாசலுவின் கைகளைப் பிடித்தேன். அந்தக் குரல் மீண்டும், "டேய் ஒன்னத்தான்டா" என்கிறது. சீனி எவ்விதப் பதற்றமும் இன்றி, "ஸார் யார கூப்பிட்டீங்க?" என்று கேட்கிறான். "ஒன்னதாண்டா இந்தப் பக்கம் வா."

சாலையின் ஒரு புறத்தில் நாங்களும் மறுபுறத்தில் காவலர்களும் நிற்கிறோம்; சீனி என்னை இந்தப் பக்கமே நிற்கச் சொல்லிவிட்டு, அவன் மட்டும் அவர்களிடம் செல்கின்றான். நானும் சட்டென அவன் பின்னே செல்ல முயற்சிக்கையில், சென்னையின் வாகன நெரிசலைக் கடந்துசெல்லும் சாமர்த்தியம் எனக்குப் போதவில்லை. ஒருவித இயலாமையுடன் மறுபுறத்தி லேயே நின்றுகொண்டிருந்தேன். எனினும் சீனியிடம் அவர்கள் பேசுவது எனக்குத் தெளிவாகக் கேட்டது. காவலர்களில் ஒருவர் இளம் வயதுடையவராகவும் மற்றொருவர் சற்று முதியவராகவும் காட்சியளித்தார்கள். மாற்று உடையில் இருப்பதால் அவர்களின் பதவியை ஊகிக்க முடியவில்லை!

இளம் வயதுடைய காவலர் சீனியிடம் "டேய் எதுக்குடா இவ்வளவு பெரிய குடுமி வச்சிருக்க?" அதற்குச் சீனி, "நீங்க யாரு எதுக்குக் கேக்குறீங்க?" "டேய் நான் இந்த ஏரியா சப்இன்ஸ்பெக்டர்" என்று சொல்லிவிட்டு, "இந்த ஏரியாவுல ஒன்ன பார்த்ததில்லையே எந்த ஏரியாடா நீ?" அதற்குச் சீனி, "ஸார் கொஞ்சம் மரியாதையா பேசுங்க... நான் திருவெற்றியூர் பக்கம், எண்ணூர். புளியந்தோப்புக்குப் போயிட்டு இருக்கேன்" என்கிறான். "இது என்னடா குடுமி?" "நாங்க திரைப்படக் கல்லூரி மாணவர்கள்." "ஆளப்பாத்த நார்த் மெட்ராஸ் அக்யூஸ்டுங்க மாதிரி இருக்க... ஒன்ன எப்படி ஸ்டூடண்டுன்னு நம்புறது" என்று அந்தக் காவலர் கேட்டதும் கொஞ்சமும் யோசிக்காத சீனி கோபத்தோடு, "உங்கள பார்த்தாக்கூடத்தான் போலீஸ்காரன் மாதிரி தெரியல... நாங்க நம்பலயா ஸார்?" என்கிறான். இந்தப் பதிலைச் சற்றும் எதிர்பார்க்காத அந்தக் காவலர் கோபத்தோடு சீனியை அடிக்க முயற்சிக்கிறார். அதற்குள் அருகில் நின்றுகொண்டிருந்த வயதான மற்றொரு காவலர், "பாவம் விடுங்க சார். சின்னபசங்க மாதிரி தெரியுது" என்று தனது மேல் அதிகாரியைச் சமாதானப்படுத்திவிட்டு, பிறகு சீனியிடம், "இந்தாப்பா நீ போ" என்கிறார்.

சீனி அங்கிருந்து சாலையின் மறுபக்கம் இருக்கும் என்னிடம் வந்தான். அருகில் வந்ததும், "ங்கோத்தா... எங்க

ஏரியாவுல மட்டும் இந்த மாதிரி கேட்டிருந்தான் கொம்மாள... தாலிய அறுத்திருப்பேன்" என்று குமுறினான். நான் அவனை ஆற்றுப்படுத்துவது போல், "விடு சீனி... சிட்டில இதெல்லாம் பெரிசா எடுத்துக்கக் கூடாது" என்றேன். சீனிவாசலு அமைதியாக நடந்தான். பீப் ஸ்டாலுக்குச் சென்றதும், பீப் கிரேவியை ஆர்டர் செய்தான். நான் கறித்துண்டை எடுத்துச் சுவைத்தேன். அவன், ஒரு எலும்பை எடுத்துக் கோபத்தோடு கடித்து இழுத்தான்.

பறச்சேரி தலையாரி மொட்டையன்

பொன்னி நதி பாய்ந்து நெல் விளையும் தஞ்சை மாவட்டத்தில், இன்றைக்கும் திருப்பனந்தாள் காசிமடம் ஒரு குட்டி அரண்மனைபோல் காட்சியளிக்கும். அதன் மடத்தலைவர் சிற்றரசனைப்போல் வீற்றிருந்து கோலோச்சிக் கொண்டிருப்பார். காவி தரித்திருப்பதால் இத்தகைய மடங்களின் தலைவர்களைச் சாதுக்களுக்கு ஒப்பானவர்களாகக் கருத முடியாது. மடத்திற்கு உட்பட்ட கோவில்களுக்குச் சுமார் நாற்பதாயிரம் ஏக்கர் நிலங்கள் சொந்தமானவை. பல கிராமங்கள் மடத்திற்குரியவை. இன்னும்கூடப் பல தலைமுறைகளாக மடத்திற்குரிய இடத்தில் குடியிருப்பவர்களால் வீட்டுமனைப் பட்டாக்களை எளிதில் பெற்றுவிட முடியாது. இந்த நாற்பதாயிரம் ஏக்கர் நிலங்களும் சட்டப் பாதுகாப்போடு மடத்திற்கும் அதன் நிர்வாகத்திற்கும் கட்டுப்பட்டவை. நில உச்சவரம்புச் சட்டம் நடைமுறைப்படுத்தப்பட்ட காலங்களில்கூட எவ்விதச் சேதாரமும் இன்றி இந்நிலங்கள் மடத்தின் கட்டுப்பாட்டில் இருந்தன. இன்றும் இருக்கின்றன. மடத்து நிலங்களை வைத்திருக்கும் சாகுபடியாளர்கள் ஒவ்வொரு போகத்திற்கும் கட்டாயம் வரி கட்டியாக வேண்டும். இத்தகைய குறுநில அரசாட்சியைக் கொண்ட திருப்பனந்தாள் காசி மடத்தை நிறுவியவர் குமரகுருபரர்.

குமரகுருபரர் துறவு பூண்டு காசிக்குச் சென்றிருந்தபோது, சிங்கத்தின் மீதேறி பாதுஷாவின் அரண்மனைக்குச் சென்று, முகலாய மன்னன் அவுரங்கசீப்பை வாதப் போரில் வென்றதாகவும் அதற்கீடாகக் காசியில் கருடன் வட்டமிடும் பகுதிகளைக் கொடையாகத் தருகிறேன் எடுத்துக்கொள் என்று கூறி குமரகுருபரரை மன்னன் அவுரங்கசீப் ஏமாற்ற முயற்சித்ததாகவும் கூறப்படுகிறது. காசி மாநகரில், மலர்கள் மணக்காது, பிணங்கள் நாறாது, பசுக்கள் முட்டாது, கருடன் வட்டமிடாது என்ற நம்பிக்கை இருந்ததாம். ஆனால் குமரகுருபரரின் தவ வலிமையால் கருடன் வட்டமிட்டதாகவும், கருடன் வட்டமிட்ட பகுதிகளைக் கொடையாகப் பெற்ற குமரகுருபரர் அங்கு மடமொன்றை நிறுவினார் என்றும் சொல்லப்படுகிறது. தமது குருநாதர் மாசிலாமணி தேசிகரின் ஆணைக்கிணங்கக் காசியிலேயே தங்கி வழிபாடுகளைச் செய்த குமரகுருபரர், மடத்தின் ஆறாவது அதிபராகிய தில்லைநாயகத் தம்பிரான் மடத்தின் தலைமையகத்தைத் திருப்பனந்தாளுக்கு மாற்றினாராம். காசியிலிருந்து திருப்பனந்தாள் வந்து தொடங்கப்பெற்றதால் இது காசிமடம் என்றே அழைக்கப்படுவதாகக் கூறுகிறது மட வரலாறு!

பூ மணக்காத, கருடன் பறக்காத கதைகள் அறிவியலுக்கு உகந்ததா என்ற ஆய்வுகள் ஒருபுறமிருக்கட்டும். சிங்கத்தின் மீதேறி அவுரங்கசீப்பின் அரண்மனைக்குச் சென்றார் குமரகுருபரர் என்ற கதையளப்பு உறுதியாகப் பகுத்தறிவுக்கு ஒவ்வாது. அத்தோடு அவுரங்கசீப்பை ஏமாற்றுக்காரனாகச் சித்திரிப்பதும் ஆய்வுக்குரியது. ஏனெனில், காசிமட வரலாற்றோடு அவுரங்கசீப்பின் வரலாற்றை ஒப்பிட்டு ஆய முற்பட்டால் மேற்கூறிய குமரகுருபரர் வரலாறு முரணாக இருக்கிறது. காரணம் முகலாய மன்னன் அவுரங்கசீப், தான் இறப்பதற்கு முன்பு எழுதிய உயிலில், “நான் என் கையால் செய்து விற்ற தொப்பிகளுக்கான பணம் நான்கு ரூபாய்களும் இரண்டு அணாக்களும் ஆய்பேகா என்னும் நபரின் வசம் உள்ளன. அதைக் கொண்டு என்னுடல்மீது போர்த்த வேண்டிய கஃபன் துணியை வாங்கிக்கொள்ளுங்கள். என் கையால் திருக்குர்ஆனை எழுத்துப் பிரதி எடுத்து விற்றதன் மூலம் கிடைக்கப்பெற்ற முன்னூற்று ஐந்து ரூபாய்கள் என் வசமுள்ளன. நான் இறக்கும் அன்று அந்தப் பணத்தை ஏழைகளுக்குத் தானமாகக் கொடுத்து விடுங்கள். என் தலையை எதைக்கொண்டும் மூடாமல் திறந்து வைத்துவிடுங்கள். இறைவன் எனக்குக் கருணை காட்ட அது உதவும். என் உடலை அருகில் உள்ள இடுகாட்டில் ஆடம்பரங்கள் ஏதுமின்றி அடக்கம் செய்யுங்கள்...” (முகில் எழுதிய ‘முகலாயர்கள்’ என்ற நூலிலிருந்து) என்று எழுதியிருக்கிறார். இப்படி அறச்

சிந்தையுடைய அவுரங்கசீப் ஏதிலியான ஒரு துறவியை ஏமாற்றி ஏளனம் செய்தான் என்ற வரலாறு நம்பத்தகுந்ததாக இல்லை.

சிலரோ தஞ்சையை ஆண்ட சரபோஜி மன்னன் அன்னம் பாலிக்கக் கொடுத்த பல கிராமங்களின் நிர்வாகத்தைக் கவனிப்பதற்காகத் திருப்பனந்தாளில் மடமொன்றை நிறுவியதாகவும் அதுவே பின்னாளில் காசிமடம் என்றான தாகவும் பேச்சிலும் எழுத்திலும் கதைக்கின்றனர். இத்தகைய வரலாறுகளைத் தாங்கி நிற்கும் திருப்பனந்தாள் மடத்திற்குச் சுற்றியுள்ள சிற்றூர்கள் பல சொந்தமானவை. அதில் முதன்மை யான ஊர் எங்களது சிற்றூரான திருலோக்கி. இங்குதான் திருப்பனந்தாள் மடத்திற்குக் கிளை மடம் அமைந்திருக்கிறது. கிளைமடத்தின் தலைவரைக் 'காறுபாறு' என்று அழைப்பார்கள். அவருக்கும் கீழ் சின்னக் காறுபாறுகளும் மணியக்காரர்களும் மணியக்காரர்களுக்குக் கீழ் மடத்து நிலங்களைப் பெருமளவில் வைத்திருக்கும் பார்ப்பனர்களும் வெள்ளாளர்களும் அதிகாரம் செலுத்துவார்கள். மடத்திற்கும் பண்ணையார்களுக்கும் தனித்தனியே அடியாட்கள் இருப்பார்கள். மடத்தின் கடைநிலை ஊழியர்களாகத் தலையாரிகள் இருப்பார்கள். இந்தத் தலையாரிகள் விளைநிலங்களைக் காவல் காப்பதோடு அறுவடைக் காலங்களில் மடத்திற்கு வரிவசூல் செய்து கொடுப்பார்கள்.

அதுமட்டுமல்ல இவர்களது பணி. மடத்து நிலங்களில் விவசாயக் கூலிகளாகவும் கொத்தடிமைகளாகவும் உழைக்கும் சேரி மக்கள் வேலை செய்வார்கள். குறித்த நேரத்தில் வயல்வெளிகளுக்கு வேலைக்கு வராதவர்களையும் மடத்தையும் காறுபாறையையும் மடாதிபதியைச் சக மனிதர்கள் இடத்தில் புறம்பேசி வசைபாடுவோரையும் மடத்தின் விதிகளை மீறுவோரையும் சாட்டையால் அடித்துத் தண்டிப்பார்கள். இந்த விதி என்பது பார்ப்பனர்கள், வெள்ளாளர்கள் வசிக்கும் தெருக்களில் நடக்கும்போது சேரி மக்கள் செருப்பு அணியக் கூடாது. ஆண்கள் மேலாடை அணியக் கூடாது. குடைபிடித்துச் செல்லக்கூடாது. வெள்ளை வேட்டி கட்டக்கூடாது, பண்ணை வீடுகளுக்கு வேலைக்குச் சென்றால் வீட்டின் குறிப்பிட்ட பகுதிகளுக்குச் செல்லக் கூடாது; குறிப்பிட்ட பொருட்களைத் தொடக் கூடாது. இதைப் போன்று ஏராளமான கட்டுப்பாடுகளையும் விதிகளையும் கொண்டு தீண்டாமை கடைப்பிடிப்பார்கள். சேரிப்பகுதி மக்களுக்குத் தலையாரியாக இருப்பதற்குத் திடகாத்திரமான சேரிப்பகுதி ஆணையே தெரிவு செய்வார்கள். ஏனெனில் விதிகளை மீறும் சேரியாட்களை ஒரு சேரி மனிதனே தண்டிப்பதால் வேடிக்கை பார்த்துப் புளகாங்கிதம் அடையும் ஆதிக்கச் சாதி ஆண்டைகள் தீட்டுப்படாமல் இருப்பார்களாம்.

இத்தகைய தலையாரிப் பணியென்பது, மத்திய சிறைச்சாலைகளில் தூக்குத் தண்டனைக் கைதிகளைத் தூக்கு மேடையேற்றி, கண்ணை மூடி கை, கால்களைக் கட்டித் தூக்கிலிட்டு உயிர் பறிக்கும் சிறைச்சாலை ஊழியர்களுக்கு ஒப்பானது. உயிர்வதைகளைத் தொழிலாகக் கொண்டு, உயிர்வாழ்வதென்பது பெரும்வதை. அத்தகைய பணியை ஏற்றுத் திருலோக்கி கிளைமடத்தில் தலையாரி வேலை பார்த்தவர்தான் என் பாட்டன் மொட்டையன்.

தேவாரம், திருவாசகம், திருக்குறள் உரைக்கொத்து, பெரிய புராணம், கந்த புராணம் உரைநூல்கள் வெளியிட்டு, பள்ளி, கல்லூரிகளை நிறுவிச் சைவம் செழிக்க வைத்து, தமிழ் வளர்த்ததாக இலக்கிய வரலாறுகள் கூறும் இத்தகைய மடங்கள்தான், கிராமங்களில் ஏழை எளிய உழைக்கும் சேரி மக்களை விவசாயக் கூலிகளாக ஒடுக்கித் தீண்டாமை கடைப்பிடித்து அவர்கள்மீது வன்கொடுமைகளை நிகழ்த்துவதற்கும் வழிவகுத்திருக்கிறது. ஆன்மிகத்தின் பெயரால் விளைந்து நிற்கும் திருவாடுதுறை, தருமபுரம், திருப்பனந்தாள் போன்ற மடங்களின் வரலாற்றில் கொடுங்கோன்மையான எண்ணற்ற வரலாற்றுப் பக்கங்கள் மறைந்திருக்கின்றன.

ஊமையன் மகன் வீரமுத்து; அவரது மகன் மொட்டையன்; மொட்டையனின் மகன் கணேசன். கணேசன் என் தந்தை. என்னால் என் பாட்டனின் பாட்டன் வரையிலான பெயர்களையே அறிந்திருக்க முடிந்தது. எனக்கு என் தாத்தாவைப் பற்றித் தெரியாது. நான் பிறப்பதற்கு முன்பே அவர் இறந்துவிட்டார். முன்னோர்களின் உருவங்கள் தெரிந்திருக்க எங்கள் குடிசையிலும் சேரியிலும் புகைப்படங்கள் இருப்பதென்பது அரிது. அதுபோல் என் அம்மாவழிப் பாட்டனையும் நான் பார்த்திருக்கவில்லை. ஆதலால் எனக்கு என் தாத்தாக்களைப் பற்றித் தெரிந்துகொள்ளும் ஆவல் அதிகமாகவே இருக்கும். என் தந்தைவழிப் பாட்டன் மொட்டையனைப் பற்றி, என் அப்பாவும் அத்தைகளும் ஊரில் உள்ள சில வயதானவர்களும் கூறும் கதைகள் பிரம்மிப்பூட்டும். அதேவேளை அந்நாட்களில் அவர்கள் சந்தித்த சாதிய இழிவுகளையும் வாழ்க்கைப் போராட்டங்களையும் எண்ணிப் பார்க்கையில் அதிர்ச்சியாகவும் இருக்கும். மடத்தில் தலையாரியாக வேலை செய்த பாட்டன் மொட்டையனைப் பற்றித் தெரிந்துகொள்ளும் ஆவலில் திரட்டிய செய்திகளும் மேற்கொண்ட ஆய்வுகளுமே திருப்பனந்தாள் காசி மடத்தின் வல்லாதிக்க வரலாற்றைப் புரிந்துகொள்ள வழிவகுத்தன.

தலையாரி மொட்டையன் திருலோக்கி கிளைமடத்திற்கு விசுவாசமான பணியாள். மொட்டையனுக்கு இரண்டு

மனைவிகள். முதல் மனைவிக்குக் குழந்தை இல்லாததால், முதல் மனைவியே தன் கணவனுக்கு இரண்டாவது திருமணம் செய்துவைத்தார். இரண்டாவது மனைவியான என் சின்னப் பாட்டி மையிலாயி அம்மாளுக்கு மொத்தம் மூன்று பிள்ளைகள் பிறந்தன. இரண்டு பெண் பிள்ளைகளான என் அத்தைகளுக்கு மூத்தவராகப் பிறந்தவர் என் அப்பா கணேசன். அவர் பிறந்தபோது, பிள்ளைபெற்ற செய்தியைப் பேரின்பத்தோடும் பெருமிதத்தோடும் தாத்தா, மடத்தில் தனக்கும் மேலான பணியாளாக இருந்த வெள்ளாளர் சாதியைச் சார்ந்த மணியக்காரனிடம் சொல்லி யிருக்கிறார். அதற்கு அந்த மணியக்காரன் "மொட்டைய்யா புள்ளைக்கு என்ன பேரு வச்சிருக்க?" எனக் கேட்டிருக்கிறார். அதற்கு என் பாட்டன் மொட்டையன், "கணேசன்னு சாமிபேர, வச்சிருக்கேன் ஆண்ட" என்கிறார். அதைக் கேட்டதும் கோபத்தோடும் வெறுப்போடும் குப்பன், சுப்பன், மாடன், முனியன்னு ஒரு நல்ல பேரா வைக்காம பறத்தெரு புள்ளைக்கு எங்க சாமி பேரையாடா வைப்ப?" என்று கேட்கிறார். என் பாட்டனோ, "நான் பெத்த புள்ளைக்கு அந்த ஈசன்பேரக்கூட வைப்பேன்... பேசாம போய்யா" என்று வந்துவிடுகிறார்.

தன்னை எதிர்த்துப் பேசிய பறச்சேரி தலையாரி மொட்டையனைப் பழிவாங்க நினைத்த மணியக்காரன் சந்தர்ப்பத்திற்காகக் காத்திருந்தானாம்.ஒருநாள் பண்ணை வயலுக்கு முதல் நாள் வேலைக்கு வராத சேரிப் பெண்ணொருத்தியை வரப்பில் நிறுத்தி, அந்த வெள்ளாளர் மணியக்காரன் ஆவேசம் கொண்டவன்போல் ஆபாசமான வன்சொற்களால் வசைபாடிக்கொண்டே அருகில் ஏரோட்டிக்கொண்டிருந்த தலையாரி மொட்டையனைக் கூப்பிடுகிறான். அந்தப் பெண், "கைப்பிள்ளையை விட்டுட்டு வர முடியலங்க ஆண்ட" என மன்னிக்க வேண்டுகிறாள்.

அவள் சொல்லும் காரணத்தைப் பொருட்படுத்தாமல் அருகில் வந்த தலையாரி மொட்டையனைப் பார்த்துக் கொண்டே, "பற செருக்கிவ, புள்ள பெத்தாலும் புருசன் செத்தாலும் ஆண்டமாருவ வயலுக்கு அடுத்த நாளே வேலைக்கு வரணும். இல்ல தோல உரிச்சுபுடுவோம். எலே மொட்டைய்யா இந்தக் கூதி மொவளுக்கு குண்டில மூணு சவுக்கடி போடுறா" என உத்தரவு போடுகிறான்.

சாட்டையைக் கையிலெடுத்துக் கண்ணை மூடிக்கொண்டே அந்தப் பெண்ணருகே சென்ற தலையாரி மொட்டையன், திடீரென ஆவேசம் கொண்டவராய்த் திரும்பி மணியக்காரனை நோக்கி ஓடுகிறார். செய்வதறியாது மணியக்காரன் திகைக்க, சாட்டையை வேகமாகச் சுழற்றி வீசுகிறார். அடிதாங்க முடியாமல்

சேற்று வயலில் விழுந்தவனைக் காலால் எட்டி உதைக்கிறார். மடத்தின் மணியக்காரனைச் சேரி தலையாரி அடிப்பதைப் பார்த்து நடவு வயலில் வேலை செய்த சேரிச் சனங்கள் மொத்தமும் பயத்தில் நடுங்கிக்கொண்டிருக்க, தலையாரி மொட்டையனோ, "சாயந்தரம் மடத்துலருந்து எவ்வூட்டுக்கு எந்த வம்மாளஓழி வேலிவைக்க வறான்னு ஒருகை பாத்துடுறேன்" என்றபடி நுகத்தடியில் பூட்டியிருந்த ஏர்க்கலப்பையைக் கழற்றிப் போட்டுவிட்டு உழவுமாடுகளை இழுத்துக்கொண்டு நடந்தாராம்.

அந்நாளில் மடத்திற்கு எதிராக இப்படிப்பட்ட குற்றம் செய்பவர்களின் வீடுகளைச் சுற்றி மூங்கில் படல்களால் ஆன வேலிவைத்து அடைத்துவிட்டு, அம்மி, உரல், உலக்கைகளை ஜப்தி செய்து எடுத்துக்கொண்டு போய்விடுவார்களாம். இதனால் பிள்ளை குட்டிகளைக் காப்பாற்ற எப்பேர்ப்பட்ட கொம்பனாக இருந்தாலும் மடத்திற்குக் கீழ்ப்படிந்து விடுவானாம்.

இப்பொழுதும் என் தாத்தாவைப் பற்றிய பேச்செடுத்தால் அவரது காலத்தில் இளந்தாரிகளாக இருந்து, இன்று வயதாகிச் சாவின் விளிம்பில் பழைய நினைவுகளைச் சுமந்துகொண்டு மிச்சமிருக்கும் ஓரிரு ஊர் பெருசுகளும் இப்படித்தான் சொல்கிறார்கள்: "நம்ம ஜனங்க மடத்தானுவளுக்கு அடிமையா கெடந்த காலத்துலயே, அவனுவள எதுத்து நின்னு ஜெயிச்சவரு உன் தாத்தா."

தாத்தாவிடமிருந்து அப்பாவும் அப்பாவிடமிருந்து நானும் என்னிடமிருந்து என் மகனும் ஆதிக்கத்திற்கு எதிராகக் காலந்தோறும் ஏதோ ஒன்றைத் தொடர்ந்து கைக்கொண்டு வருகிறோம். அதைக் கோபம் என்று சுற்றமும் சமூகமும் ஒற்றைச் சொல்லில் முடித்துவிடுகிறது. அடம்பிடித்து அழுதபடி விளையாட்டுப் பொருட்களைத் தூக்கி வீசும் ஒரு வயது மகன் மௌரியனைப் பற்றி அக்கம்பக்கத்தில் உள்ள பாட்டிகள் சிலர் இப்படித்தான் அங்கலாய்க்கிறார்கள். "மொளச்சி மூனு எல விடல . . . அப்படியே ஒம் மொவனுக்கு அவன் தாத்தன போலவே கோவம் வருது/"

அப்பாவிற்கு அடியாள் என்ற பெயரும் உண்டு

என் அப்பா கணேசன் தனது பன்னிரண்டாவது வயதில் திராவிட முன்னேற்றக் கழகத்தின் கொடி பிடித்துத் தொண்டன் ஆனதாகப் பெருமை பொங்கக் கூறுவார். எங்கள் சிற்றூரில் திமுகவின் மூத்த முன்னோடி அவர். பெரியார், அண்ணா, கலைஞர்மீது அளவற்ற பற்றுடையவர். என் பாட்டன் மொட்டையன் திருலோக்கி மடத்தில் பாடுபட்டுச் சம்பாதித்துச் சேர்த்து வைத்த விளைநிலங்களை எல்லாம் விற்று அழித்துக் கட்சி வளர்த்தவர். இளம் வயதிலேயே தந்தையை இழந்ததால் கேட்பாரற்றுத் தான்தோன்றித் தனமாகவும் முரடனாகவும் வளர்ந்தவர். அத்தோடு உள்ளூரில் பல அரசியல் எதிரிகளையும் உருவாக்கிக் கொண்டவர்.

1978இல் அப்பாவிற்கு மணவாழ்க்கை அமைந்தது. அதன் பிற்பாடாவது அவரது வாழ்க்கை மாறிவிடும் என்றிருந்த என் பாட்டிக்கு ஏமாற்றமே மிஞ்சியது. வழக்கம்போல் கட்சி, ஊர் வம்பு, அடிதடி என்றிருந்தவரின் வாழ்வில் 1980களின் பிற்பகுதியில் திருப்பம் ஏற்பட்டது. அன்றாடங் காய்ச்சிகளை, அரசே சாராயம் காய்ச்சி விற்க அனுமதித்த பிறகு அப்பா ஊரில் ஒரு சாராய வியாபாரியாகப் பரிணமித்திருந்தார். அரசு அனுமதி பெற்ற சாராயக் கடைகளை ஏலம் எடுத்து நடத்தும் அளவிற்கு வளர்ந்திருந்தார். விளைவு, அது அவரை ஒரு மூர்க்கத்தனமான மனிதராக

மாற்றியிருந்தது. அத்தகைய அவரது செல்வாக்கு உள்ளூர் அரசியல் களத்தில் திமுகவினருக்குப் பெரும் பலமாக இருந்தது.

திருச்சி, தஞ்சை, நாகை, திருவாரூர் ஆகிய பெரு நகரங்களை உள்ளடக்கிய சோழ மண்டலத்தில் திமுகவின் தவிர்க்க முடியாத பெருந்தலைவர் கோ.சி. மணி. அவரது ஆரம்பகால அரசியல் வளர்ச்சிகளுக்கு உதவியாகவும் அவருக்கு மிக நெருக்கமாகவும் இருந்தவர் அப்பா. இந்த நெருக்கம் என்பது அவர் கைகாட்டும் அரசியல் எதிரிகளை அடிப்பதற்கும் உதைப்பதற்குமானது. மற்றபடி அவரோடு மேடையில் அமர்ந்து அரசியல் பேசுவதற்கானதல்ல. அப்பாவைப் போல ஒவ்வொரு கிராமத்திலும் இப்படி நிறைய தலித் சமூக அடியாட்கள் அவருக்கு உண்டு. திமுகவின் தீவிரத் தலித் தொண்டர்களுக்கு இத்தகைய பொறுப்புகளே வழங்கப்படும். கட்சிப் பொறுப்புகளிலும் ஆட்சி அதிகாரத்திலும் பங்கெடுக்கும் ஆசையெல்லாம் அவர்களுக்கு ஒருபோதும் வராது. வந்தாலும் பொறுப்புகளும் பதவிகளும் எளிதில் கிடைத்துவிடாது.

கோ.சி. மணியுடனான இத்தகைய நெருக்கத்திற்கு அடிப்படைக் காரணமானவர், எங்கள் ஊரில் இருக்கும் திமுக பிரமுகர் ஒருவர். அவர் பெயர் தி.மு. இராஜமாணிக்கம். அவரை டி.எம்.ஆர். என்றே அழைப்பார்கள். அவர் திமுகவின் மாவட்டச் செயலாளராக இருந்த கோ.சி. மணியின் நெருங்கிய நண்பர். தனது சொந்தப் பிரச்சினைகளுக்காக அவர் எனது அப்பாவை அடியாளாகப் பயன்படுத்திக்கொள்வார். டி.எம்.ஆர். வெள்ளாளர் சமூகத்தைச் சார்ந்தவர்; பெரும் நிலக்கிழாரும்கூட.

ஒருமுறை தனது நிலத் தகராறு ஒன்றிற்காகத் தன் எதிரியான நாயக்கர் சமூகத்தைச் சார்ந்த இராஜகோபால் என்பவரை அடித்து மிரட்டுவதற்காக என் அப்பாவின் கைகளில் வீச்சரிவாளைத் திணித்தவர். அவரது அண்டை வீட்டைச் சார்ந்த பிள்ளைமார் சமூகத்தைச் சார்ந்தவர்களை அடிப்பதற்காகவும் என் அப்பாவை ஏவிவிட்டவர். கோ.சி. மணிக்கு மட்டுமின்றித் தனக்கும் அடியாளாகப் பயன்படுத்திக்கொள்வார். அப்பாவின் வாழ்நாளில் பெரும் பகுதியைத் தன் நலனுக்காகப் பயன்படுத்திக் கொண்டு சமூகத்தில் என் அப்பாவின் செல்வாக்கை வளரவிடாமல் சீரழித்தவர் அவர்.

எங்கள் திருலோக்கி ஊராட்சி, முதல்முறையாகத் தனித்தொகுதியாக ஆனபோது, திமுக சார்பாகப் போட்டியிடும் வாய்ப்பு அப்பாவிற்குத்தான் கிடைக்கும் என்று அனைவரும் எதிர்பார்த்திருந்தனர். திமுகவின் ஒன்றியத் தலைமையும் அப்பாவைக் கைகாட்டியது. சூழ்ச்சிகள் செய்து அந்த வாய்ப்பு அப்பாவிற்குக் கிடைக்காதபடி தடுத்தவர் இராஜமாணிக்கம்.

திருக்குமரன் கணேசன்

தனக்கும் கட்சிக்கும் அடியாள் வேலை செய்தவன் ஊராட்சி மன்றத் தலைவராவதை அவருக்குச் சகித்துக்கொள்ள மனமில்லை. எங்கள் ஊராட்சி தனித்தொகுதியாக நீடித்த மூன்றுமுறையும் திமுகவைச் சார்ந்த ஒருவரே வெற்றி பெற்றார். ஆனால் ஒவ்வொரு முறையும் என் அப்பாவிற்கு சீட் கிடைக்கவிடாமல் தடுத்ததில் டி.எம்.ஆருக்குப் பெரும் பங்கிருந்தது.

ஒருமுறை கோ.சி. மணிக்கும், திருப்பனந்தாள் மடாதிபதிக்கும் மடத்து நிலங்களுக்குக் குத்தகை நெல் அளப்பது தொடர்பாகப் பெரும் பிரச்சினை உருவானது. மடத்து நிலங்களை வைத்திருக்கும் விவசாயிகளுக்கு ஆதரவாகக் கோ.சி. மணி செயல்பட்டார். திமுக ஆதரவு விவசாயிகள் காசி மடத்திற்கு அளக்க வேண்டிய குத்தகை நெல்லை அளக்காமல் கோ.சி. மணிக்கு ஆதரவாகப் போராடினார்கள். போராட்டத்திற்கு முற்றுப்புள்ளி வைக்க நினைத்த காசிமடம், திருலோக்கியில் உள்ள கிளை மடத்திற்குக் கோ.சி. மணியை வரவழைத்தது. மடத்து நிர்வாகிகள், மடத்திற்கு ஆதரவான சீனிவாச அய்யங்கார் ஆகியோர் முன்னிலையில், பேச்சுவார்த்தை நடத்திச் சுமுகமான தீர்வுகாண முயற்சித்திருக்கிறார்கள். குறித்த நாளில் அப்படியொரு கூட்டம் நடைபெற்றிருக்கிறது. கோ.சி. மணி தரப்பில் டி.எம்.ஆர். உட்பட திமுகவினர் சிலரும் விவசாயிகள் சிலரும், காசி மடத்துத் தரப்பில் திருலோக்கி கிளை மடத்தின் காறுபாறுகளும் திருப்பனந்தாள் மடத்தின் நிர்வாகிகளும் திருலோக்கி சீனிவாச அய்யங்காரும் பங்கேற்றிருக்கிறார்கள்.

சீனிவாச அய்யங்கார் திருலோக்கி கிராமத்தின் பெரும் நிலவுடைமையாளர். திருப்பனந்தாள் காசி மடத்திற்கும் நெருக்கமானவர். மடாதிபதியின் அருகில் அமர்ந்து பேசக்கூடிய அதிகாரம் படைத்தவர். திருலோக்கி கிளைமடம்கூட அவரது கட்டுப்பாட்டில்தான் இயங்கும். அந்நாட்களில் பார்ப்பனிய ஆதிக்கத்தின் அடையாளம் அவர். சேரி மக்களில் தொடங்கி திருலோக்கியில் வாழும் சாதி இந்துக்கள்வரை அனைவரும் அவருக்கு அஞ்சி நடுங்குவார்கள். பார்ப்பனர் என்பதால் அவரை ஏதோ கோவில் குருக்களைப்போல் எண்ணிவிடலாகாது. 6 அடி உயரம், பரந்து விரிந்த மார்பு, வலிய தோள்கள். தேக்குபோன்று உறுதியான உடலமைப்பைக் கொண்டவர். சிலம்பம் சுற்றுவதில் தேர்ச்சி பெற்றவர். திடகாத்திரமான நான்கு இளந்தாரிகள் ஒன்றுசேர்ந்து அடித்தாலும் அவரை வீழ்த்த முடியாது. கம்பீரமான மனிதர். எங்கள் சேரியின் அருகில்தான் அவரது விளைநிலங்கள் உள்ளன. அவர் வயல்வெளிகளுக்கு வரும்போது குடைக்காம்பைப் போன்று வளைந்திருக்கும் கொம்புடைய கம்பினைச் சுழற்றியபடியேதான் நடந்து வருவார். அவர் எதிர்வரும்

வழியில் சேரி மனிதர்கள் எதிரே போகமாட்டார்கள். பெண்கள், குழந்தைகள் எல்லாம் அவரைக் கண்ட மாத்திரத்தில் ஓடி ஒதுங்கி நிற்பார்கள். சிறு வயதில் நானும் அவரைப் பார்த்து ஓடி ஒதுங்கி நின்ற நினைவுகள் இப்போதும் என் மனக்கண்ணில் வந்துபோகிறது. 100 வயதை நிறைவு செய்துதான் அவர் இறந்தார். வாழும்வரை அதே கம்பீரத்தோடும் அதிகாரத்தோடும்தான் இருந்தார். அப்படிப்பட்ட சீனிவாச அய்யங்கார்தான், திருப்பனந்தாள் காசி மடத்திற்கு ஆதரவாகவும் திமுக மாவட்ட செயலாளர் கோ.சி. மணிக்கு எதிராகவும் பேச்சுவார்த்தைக்கு வந்திருந்தார்.

அமைதிப் பேச்சுவார்த்தையின்போது, காசி மடத்திற்கு அளக்க வேண்டிய குத்தகை நெல்லை உடனடியாக அளக்க வில்லை என்றால் நிலங்களையெல்லாம் ஜப்தி செய்து விடுவோம் எனச் சீனிவாச அய்யங்கார் மிரட்டியிருக்கிறார். கோபமடைந்த கோ.சி. மணிக்கும் மடத்து நிர்வாகத்திற்கும் வாக்குவாதம் முற்றி, அங்கு அமைதியற்ற சூழல் உருவாகிறது. கோ.சி. மணியோ, "குத்தகை அளவைக் குறைக்கவில்லை என்றால், உங்களுக்கு ஒருபடி நெல்லைக்கூட அளக்க விடமாட்டேன். விவாயிகள் உங்க மடாதிபதிக்கு மண்டியிட மாட்டார்கள்" என வாக்குவாதம் செய்ய, சீனிவாச அய்யங்கார் கோ.சி. மணியைப் பார்த்து மிரட்டும் தொனியில், அவர் முகத்திற்கு எதிரே கையை நீட்டி, "இங்க பாருய்யா மணி . . . இது ஒன்னும் உங்க கட்சிக் கூட்டமில்ல . . . உங்க மிரட்டலுக்கும் வாய்ச்சவடாலுக்கும் மடம் பணியாது பணியவும் விடமாட்டேன்" என ஆவேசமாகக் கர்ஜிக்கிறார். அமைதிப் பேச்சுவார்த்தை கலவரப்பட்டுக் கலைகிறது. கோ.சி. மணி தனது ஆதரவாளர்களுக்கு விடை சொல்லி அங்கிருந்து புறப்படத் தயாராகிறார். காரில் ஏறி அமர்ந்தவர் கூட்டத்தில் நின்றிருந்த என் அப்பாவை அருகில் அழைக்கிறார், "கணேசா, நான் ஆடுதுறை போய்ட்டு என் வீட்டுக்குள்ள நுழையுறதுக்குள்ள இந்த பாப்பார பய வீடு இங்க இருக்கக் கூடாது." இரகசியமாகச் சொல்லிவிட்டு அவரது கார் அங்கிருந்து சீறிப்பாய்ந்து செல்கிறது.

அடுத்த ஒருமணி நேரத்தில் என் அப்பா கணேசன் தலைமை யில் இருபதுக்கும் மேற்பட்ட சேரி இளைஞர்கள் ஒன்றுசேர்ந்து சிவன் கோவில் வீதியிலிருக்கும் சீனிவாச அய்யங்காரின் பாரம்பரியமான ஓட்டு வீட்டினைக் கம்பு கட்டைகளைக் கொண்டு அடித்தும் கற்களை வீசியும் சேதப்படுத்தினார்கள். சத்தம் கேட்டு வீட்டுக்குள்ளிருந்து ஒரு பெரிய வேல்கம்புடன் வெளியே வருகின்ற சீனிவாச அய்யங்காரோ, "பறத்தெரு நாய்ங்களுக்கு என் ஆத்துக்கு வந்து சண்டபோடுற அளவுக்குத்

துணிச்சல் வந்துருச்சா. ஒருத்தனும் உசுரோட திரும்ப மாட்டிங்க . . . வாங்கடா...” என்று கொக்கரித்துக்கொண்டே, தாக்குதலில் ஈடுபட்டவர்களை நோக்கி ஓடினார். அஞ்சி நடுங்கிய இளைஞர்கள் கூட்டம் அங்கிருந்து நகர்ந்து ஆளுக்கொரு திசையில் நின்றுகொண்டு கற்களை வீசித் தாக்கினார்கள்.

அந்தச் சம்பவத்தைப் பற்றி என் அப்பா என்னிடம் கூறுகையில், “நாங்க மொத்தம் 24 பேரு இருந்தோம். மொதல்ல வீட்டோட ஓட்ட அடிச்சி நொறுக்கினோம். சத்தம் கேட்டு வெளில வந்த பெரிய அய்யர் (சீனிவாச அய்யங்காரை ஊரில் எல்லோரும் பெரிய அய்யர் என்றுதான் சொல்வார்கள்) கையில் ஒரு பெரிய வேல்கம்பு வச்சிருந்தார், எங்ககிட்ட அப்படி எந்த ஆயுதமும் இல்ல. கழி கம்புகளை மட்டும்தான் வச்சிருந்தோம். அத வச்சிக்கிட்டுலாம் அவர எதுத்து நிக்க முடியாதுனு புத்திசாலிதனமா ஆளுக்கொரு திசையாப் பிரிஞ்சி நின்னுக்கிட்டுக் கல்லால அடிச்சோம். கொஞ்சம்கூடப் பயப்படாம சினிமாவுல எம்ஜியாரு கம்பெடுத்து சுத்துறமாதிரி ஆக்ரோசமா எங்கள எதுத்து நின்னு கம்பு சுத்துனாரு. நாங்க வீசுற கல்லுலாம் அவரு மேல பட்டு பந்துபோலத் தெறிச்சி விழுந்துச்சு. எக்குத்தப்பா நம்ம முருகேசன் வீசுன கல்லு ஒன்னு அய்யரோட மண்டைல பட்டு மண்ட ஒடஞ்சி ரத்தம் கொட்ட ஆரம்பிச்சது. அப்புறமா ஆளு நெலகொலைய ஆரம்பிச்சாரு. அப்பகூட எங்களால அவருகிட்ட நெருங்க முடியல. கடைசியா செவிட்டய்யரு வீட்டு ஆலடில கிடந்த இரும்புக் கம்பி ஒன்ன எடுத்துக்கிட்டு கிட்டப் போனேன். கொஞ்சம் கூடப் பயப்புடாம வேல்கம்பச் சுழட்டிச் சொருக வந்தாரு. கண்ணு மூடுற நேரத்துல லாவகமா அந்த குத்துலருந்து தப்பிச்சு இரும்புக் கம்பியால அவரோட நெஞ்சில ஓங்கி அடிச்சேன். பயந்துபோன அய்யரு இதுக்குமேல எதுத்து நிக்க முடியாதுனு வீட்டுக்குள்ள ஓடிப்போய்க் கதவச் சாத்திக்கிட்டார்.”

இந்தச் சம்பவத்தில் தொடர்புடைய சீனிவாச அய்யங்காரும் என் அப்பா கணேசனும் இன்று உயிரோடு இல்லை. ஆனால் அந்தச் சம்பவத்தில் அய்யரைக் கல்லெறிந்து தாக்கியவர்கள் இப்போதும் உயிரோடிருக்கிறார்கள். அவர்களிடம் கலவரம் பற்றிக் கேட்டால் அதே வியப்போடும் பிரம்மிப்பூட்டும் அதிர்ச்சியோடும் சீனிவாச அய்யங்கார் சண்டை போட்டதைப் பற்றி விவரிக்கிறார்கள்.

சீனிவாச அய்யங்காரைத் தாக்கிய வழக்கில் என் அப்பா முதல் குற்றவாளி. தாக்குதலில் ஈடுபட்ட இளைஞர்கள் பலரும் கைதான நிலையில் என் அப்பாவைக் காப்பாற்ற கோ.சி. மணி ஆடுதுறையில் காவிரிக் கரையில் உள்ள தனது வீட்டின் பின்னிருந்த

வாழைத்தோப்பில் ஒரு வார காலம் தலைமறைவாக இருக்க வைத்து முன்ஜாமின் வாங்கித் தந்ததாக, அப்பா தன் தலைவரைப் பற்றிப் பெருமை பொங்கக் கூறுவார். வழக்கு 18 ஆண்டுகள் நடந்தது, வீட்டை அடித்துச் சேதப்படுத்தியதற்கான தண்டத்தொகை மட்டும் கட்டி சீனிவாச அய்யங்கார் மீதான கொலை முயற்சி வழக்குத் தள்ளுபடி ஆனதைத் திமுகவின் சாதனையாகப் பேசிச் சிலாகிப்பார். இந்தக் கலவரத்திற்குப் பிறகு திருப்பனந்தாள் காசி மடம் குத்தகை பெறுவதில் தனது முடிவை மாற்றிக்கொண்டு விவசாயிகளுக்கு ஆதரவளித்தது.

சில ஆண்டுகளுக்குப் பிறகு சீனிவாச அய்யங்கார் என் அப்பாவை அழைத்து, “எலே மொட்டையன் மொவனே, உன் மேல்லாம் எனக்கு எந்தக் கோபமும் இல்லடா. எல்லாத்துக்கும் காரணம் அந்த இராஜமாணிக்கம்தான். அவனுக்கும் எனக்கு மிருந்த சொந்தப் பகைக்குப் பழிதீக்க உங்களயும் கட்சியயும் பயன்படுத்திக்கிட்டான்” என்றாராம்.

இப்போதும் எங்கள் கிராமத்தில் மடம் இருக்கிறது. ஆனால் அதன் ஆதிக்கம் இல்லை. சீனிவாச அய்யங்கார் இல்லை. அவரது மகன் இருக்கிறார். அவருக்கு அதே நிலங்கள் இருக்கின்றன. ஆனால் அவரிடம் ஆதிக்க மனநிலை இல்லை. இப்போது நானறிந்தவரை, வயல்வெளிகளில் வெற்றுடம்புடன் சுட்டெரிக்கும் வெயில் காலங்களிலும் கொட்டும் மழைக்காலத்திலும் மண்வெட்டி எடுத்து விவசாய வேலைகள் அனைத்தும் செய்வார்; தனது கால்நடைகளைத் தானே மேய்த்து வாழ்க்கை நடத்தும் அய்யங்கார் இவர் ஒருவராகத்தான் இருக்கக்கூடும். அதற்காக அவரை ஏழ்மையில் இருப்பதாகக் கருதிவிட வேண்டாம். இன்றும் ஊரில் உள்ள பெரும் பணக்காரர்களில் அவரும் ஒருவர். பெரும் உழைப்பாளி. ஊரில் உள்ள பார்ப்பனர்கள் எல்லாம் வசதி வாய்ப்புகளுக்காக ஊரைவிட்டுப் பெருநகரங்களுக்கும் வெளிநாடுகளுக்கும் புலம்பெயர்ந்து சென்ற பிறகும்கூட உழவுத் தொழிலை நேசித்துச் சொந்த ஊரிலேயே வாழ்க்கை நடத்தும் மேன்மைக்குரியவர்.

அப்பா திமுகவைத் தன் உயிர்மூச்சாக நேசித்தவர். கடைசிவரை கொள்கை நெறி பிறழாது வாழ்ந்தவர். பெரியார், அண்ணா, கலைஞரெனச் சொல்லிப் பிள்ளைகளை வளர்த்தவர். குறிப்பாக, என்னைத் திமுகவின் பேச்சாளராக உருவாக்க வேண்டுமென்று கனவு கண்டவர். மூன்று முறை ஒன்றிய, உள்ளூர்த் திமுகவினரால், ஊராட்சி மன்றத் தலைவர் ஆவதற்கான வாய்ப்பினை இழந்திருந்தபோதும் திமுக கரை வேட்டியை மாற்றாதவர். திமுக தலைவர் கலைஞரைத் தன் கடவுளாகக் கருதியவர். முந்நாள் முதல்வர் ஜெயலலிதா

மறைந்தபோது, "இதுபோல என் தலைவன் சாவையெல்லாம் பாத்த பிறகு இந்த பூமில என்னாலலாம் உசுரு வாழ முடியாதுப்பா" என்று சொன்னவர்.

அவர் சொன்னதுபோலவே கலைஞர் இறப்பதற்கு, ஓராண்டு முன்பாகவே 09–09–2017 அன்று, உடல் நலக் குறைவால் 62ஆவது வயதில் மறைந்தார் அப்பா. அப்பாவின் நினைவேந்தல் நிகழ்வில் பங்கேற்றுப் பேசிய எங்கள் திருவிடைமருதூர் சட்டமன்றத் தொகுதியின் முந்நாள் சட்டமன்ற உறுப்பினரும் இந்நாள் நாடாளுமன்ற உறுப்பினருமான திமுகவின் செ. இராமலிங்கம், "நான் இந்தத் தொகுதில 5 முறை எம்எல்ஏவா இருந்துருக்கேன். என்னோட ஒவ்வொரு வெற்றிலயும் கணேசனோட கடின உழைப்பிருக்கு" என்றார்.

தற்போதைய தமிழக அரசின் தலைமைக் கொறடாவாக இருக்கும் எங்கள் சட்டமன்றத் தொகுதியின் தற்போதை உறுப்பினர் கோவி. செழியன், "அண்ணன் கணேசன் அவர்கள் தன் வாழ்நாள் முழுக்கக் கழக வளர்ச்சிக்காக அயராது பாடுபட்டவர்" என்று புகழாரம் சூட்டினார். உள்ளூர் திமுக பிரமுகரான டி.எம்.ஆர். என்கிற தி.மு. இராஜமாணிக்கமோ, கணேசன் என் அரசியல் வாழ்க்கையில என்னோட வலது கையா இருந்தவன். கணேசன இழந்திருப்பது என் வலதுகைய இழந்ததைப்போல இருக்கு" என்று உணர்ச்சிவசப்பட்டுக் கண் கலங்கினார். திமுக ஒன்றிய மாவட்டப் பொறுப்பாளர்கள் பலர் புகழஞ்சலி செலுத்திப் புளகாங்கிதம் அடைந்தார்கள்.

கட்சியின் ஆட்சி அதிகாரத்தைப் பயன்படுத்தி அப்பா எந்தச் சொத்தும் சம்பாதிக்கவில்லை. இப்படியான சொற்களை மட்டுமே சம்பாதித்து வைத்திருந்தார். அப்பா தன்னை ஒரு தீவிரமான திமுக தொண்டன் என்றே கருதிக்கொண்டார். ஆனால் வாழ்வின் இறுதிவரை அப்பா உணர்ந்திராத மற்றொன்று, திமுகவினரைப் பொறுத்தவரை தானொரு அடியாள் என்பதை!

சாதிய வெறியைச் சவக்குழிக்குள் தள்ளிய தீக்குழி

தஞ்சாவூர் மாவட்டம், திருவிடைமருதூர் வட்டம் கும்பகோணத்திலிருந்து சென்னை செல்லும் தேசிய நெடுஞ்சாலையில் திருப்பனந்தாள் எனும் பேரூரின் கிழக்கே ஐந்து கிலோமீட்டர் தொலைவில் காவிரியின் கிளை நதியான பழவாற்றின் வடகரையில் அமைந்திருக்கிறது திருலோக்கி என்னும் சிற்றூர். கல்வெட்டுகளில் இவ்வூர் முதலாம் இராஜராஜனின் மனைவியருள் ஒருவரான திரைலோக்கிய மாதேவியார் சதுர்வேதி மங்கலம் என்று குறிப்பிடப்பட்டுள்ளது. அதற்குன் முன், அப்பர் இவ்வூரை 'ஏமநல்லூர்' எனத் தன் சேத்திரக்கோவையில் குறிப்பிட்டுள்ளார். ஏமநல்லூர் என்பதில் வரும் ஏமம் என்ற சொல்லுக்குப் 'பொன்' என்று பொருள். நவக்கிரகங்களில் ஒன்றான பிரஹஸ்பதி எனப்படும் குருவிற்குப் 'பொன்னவன்' என்றொரு பெயரும் உண்டு. பொன்னவனான குரு தன் தோஷம் போக்க இங்குள்ள இறைவனை வேண்டி வழிபட்டதால் இவ்வூர் ஏமநல்லூர் என்று பெயர் பெற்றதாக இங்குள்ள சிவன்கோவில் தல வரலாற்றில் சொல்லப்படுகிறது. கருவூர்த்தேவர் தனது திருவிசைப்பாவில் 'திரைலோக்கிய சுந்தரம்' என இவ்வூரைக் குறிப்பிடுகிறார். திரைலோக்கி மருவி 'திருலோக்கி' என்றானதாக மத வரலாறு சுட்டுகிறது.

திருலோக்கியில் மடம், மத ஆதிக்கத்தின் அடையாளமாகப் பழமையான மூன்று கோவில்கள், முக்கோண திசையில் ஊர்த்தெருக்களைச் சுற்றி அமைந்திருக்கின்றன. ஒன்று, சிவன் கோயில். இக்கோயில் திருவிசைப்பா பாடலில் இடம்பெற்ற குருவிற்குப் பாவ விமோசனம் அளித்து 217 தேவார வைப்புத் தலங்களில் ஒன்றாகத் திகழ்கிறது. அத்தோடு மன்மதனுக்கு உயிர்ப்பிச்சை அளிக்கக் கேட்டு ரதிதேவி வழிபட்ட தலமாகவும் கருதப்படுகிறது. ஒரே கல்லினால் ஆன அபூர்வ ரிஷபாரூடர் சிற்பத்தினைக் கொண்ட அகிலாண்டேஸ்வரியுடனான சுந்தரேசுவரர் சுவாமி திருக்கோவில் என்று இந்துக்களால் பூஜிக்கப்படுகிறது.

மற்றொரு கோயிலான பெருமாள் பள்ளிகொண்டிருக்கும் ‘சயன நாராயண பெருமாள்’ என்ற வைணவக் கோயில் ஒன்று தென்திசையில் அமைந்திருக்கிறது. ஊரின் கிழக்குத் திசையில் இராமர் ஓடை எனும் ஆற்றின் தென்கரையில் கைலாசநாதர் கோயில் அமைந்திருக்கிறது. கி.பி.1012–1044க்கு இடைப்பட்ட காலத்தில் வாழ்ந்த முதலாம் இராஜேந்திர சோழன் தன்னுடைய படைபலத்தின் மூலம் பல சிற்றரசர்களை வென்று தனது பேரரசை விரிவுபடுத்தினான். கங்கைப் போரில் வெற்றி பெற்று, கங்கை நதிநீரைக் கொண்டுவந்து முதலில் கொள்ளிடம் ஆற்றின் தென்கரையில் உள்ள ஏமநல்லூர் என்று அழைக்கப்பட்ட திருலோக்கி என்ற இவ்வூரில் உள்ள கைலாசநாதர் கோயிலுக்கு வந்து இங்குள்ள இறைவனை வழிபட்டான். அதன் பின்னரே கொள்ளிடம் ஆற்றின் வடகரையில் உள்ள சோழபுரத்துக்குச் சென்று சிவன் கோயிலைக் கட்டியெழுப்பி அதனைக் கங்கைகொண்ட சோழபுரம் என்று புகழ்ந்துரைத்துத் தன் வெற்றியின் அடையாளமாக்கினான் என்று இங்குள்ள கல்வெட்டுச் செய்திகள் உரைக்கின்றன.

மேற்கூறிய முப்பெரும் பழங்காலக் கோயில்களின் வரலாற்றோடு பின்னிப் பிணைந்திருக்கிறது திருலோக்கி என்ற இச்சிற்றூரின் வரலாறு. பெருமாள் கோயிலில் துயில் கொண்டிருக்கும் பெருமாள் சிலையும் திருலோகி எனும் பாலி மொழிச் சொல்லும் இந்நெடும் வரலாற்றிற்குள் புத்தனையும் பௌத்தத்தையும் மூடி மறைந்திருக்குமோ என்ற ஐயப்பாட்டை எனக்கு எழுப்புகிறது. இத்தகைய இந்து சனாதனக் கட்டமைப்புக்குள் அடைபட்டிருக்கும் இவ்வூரின் நடுவே 19ஆம் நூற்றாண்டில் கட்டப்பட்ட மாரியம்மன் கோயில் ஒன்றும் இருக்கிறது. மேற்கூறிய மூன்று சைவ, வைணவக் கோயில்களும் பார்ப்பன, வெள்ளாளர்களின் பயன்பாட்டிற்குரியவை.

மாரியம்மன் கோயிலோ அனைத்து ஆதிக்கச் சாதி சூத்திரர்களின் பயன்பாட்டில் இருக்கிறது. இந்த நான்கு கோயில்களும் இந்து அறநிலையத்துறை கட்டுப்பாட்டில் இருந்தாலும் காசிமடத்தின் ஆளுகைக்கு உட்பட்டவை. ஊரில் இன்னொரு பெரிய கோயிலும் இருக்கிறது. அது அய்யனார் கோயில், அத்தோடு வடக்கு தெற்குச் சேரிகளில் இருக்கும் காளியம்மன் கோயில்களோடு வீதிக்கொரு பிள்ளையார் கோயிலால் சூழப்பட்டிருக்கும் ஊர் இது. மடத்தின் தலையீடு இன்றி இவ்வூரின் கோவில்களைப் புனரமைக்கவோ குடமுழுக்கு நடத்தவோ திருவிழாக்களைக் கொண்டாடவோ முடியாது.

எங்கள் பகுதியில் உள்ள பேராவூர், கீழ்மாந்தூர் மாரியம்மன் கோயில்களின் தீமிதித் திருவிழாவிற்கு அடுத்துப் பெருமளவில் மக்கள்கூடும் தீமிதித் திருவிழா, திருலோக்கி மாரியம்மன் கோவில் தீமிதித் திருவிழாதான். காப்புக் கட்டி ஒன்பது நாட்கள் கோலாகலமாகச் சாமி ஊர்வலம், வழிபாடுகள் என ஊரே பக்திப் பரவசமாகியிருக்கும். நிறைவு நாளான ஒன்பதாம் நாளில் தீமிதித் திருவிழா நடந்தேறும். முன்னதாக மடத்தில் வேலை பார்க்கும் ஒரு தலித்திற்குக் காப்புக் கட்டப்படும். விழா நாட்கள் முடியும்வரை பறையர்களில் வெட்டியான் வேலை பார்க்கும் ஒரு பிரிவினரைத் தப்பு அடிக்கவும் (இப்போது தப்பு அடிக்கப்படுவதில்லை) அனைத்துத் தெருக்களின் வீதிகளையும் சுத்தம் செய்யவும் மடத்தினர் நிர்ப்பந்திப்பார்கள். தீக்குழிக்குத் தேவையான கருவேல மரங்களை அது ஊர் எல்லையில் எவரிடத்தில் இருந்தாலும் வெட்டிவந்து விறகாக்கித் தர வேண்டும். தீக்குழியில் நெருப்பு உண்டாக்கும் பொறுப்பு தச்சுவேலை செய்யும் கொல்லர் சமூகத்தின் ஒரு குடும்பத்தினருக்கு வழங்கப்படும்.

இப்படி இத்திருவிழாவின் பெருமளவு பணிகள் தலித்துகளால்தான் நிறைவேற்றப்படும். ஆனால், தீமிதி நாளில் பக்திப் பரவசத்தோடு தீமிதிக்கப் பறையர்களுக்கு மட்டும் அனுமதி கிடையாது. தனித்தனித் தெருக்களின்றி அனைத்துச் சாதிகளும் சமத்துவபுரம்போல் கலந்து கிடக்கும் இவ்வூரில் வடக்கு, தெற்குத் தெருக்கள் மட்டும் பறத்தெருக்களாகத் தனித்திருக்கும். பொருளாதாரத் தன்னிறைவு பெற்ற இவ்வூரின் பறையர்கள் பலர் செல்வாக்கு மிகுந்தவர்களாக இருந்திருந்தும் வழிவழியாகப் பின்பற்றிய மரபினை எதிர்க்கேள்வி கேட்டுத் தீமிதிக்க உரிமை கோராமலேயே வாழ்ந்து வந்திருக்கிறார்கள். ஆதிக்கச் சாதிகளில் பெரும்பான்மையினராக இருக்கும் இவ்வூர் வன்னியர்களுக்கு அதுவே ஆணவத்திற்கான அடித்தளமாக இருந்திருக்கிறது.

திருலோக்கி அருகிலிருக்கும் சிற்றூர் கன்னாரக்குடி. இவ்வூரும் மடத்துக் கிராமம்தான். இந்த ஊரில்தான் என் அம்மா பிறந்தார். இங்குள்ள பறையர்களுக்குக் குலதெய்வம் திருலோக்கி மாரியம்மன் என்றும் அதற்குக் காரணக் கதையொன்றும் சொல்கிறார்கள். திருலோக்கி அருகிலிருக்கும் கீழச்சூரியமூலை என்ற கிராமத்திற்குக் கன்னாரக்குடி பறையர்கள் கூலி வேலை செய்ய வந்ததாகவும். அப்போது அவர்கள் பூமியில் புதைந்திருந்த அம்மன் சிலை ஒன்றைக் கண்டெடுத்ததாகவும் கூறப்படுகிறது. சிலையை அங்குள்ளவர்களுக்குத் தெரியாமல் கன்னாரக்குடிக்குத் தூக்கிச் சென்று தங்கள் இடத்தில் வைத்து வழிபடலாம் எனத் திட்டமிட்டு வேலை முடிந்து சிலையை ஒரு கூடையில் வைத்துக்கொண்டு ஊர் திரும்பியுள்ளனர்.

திருலோக்கி வழியாகத்தான் அவர்கள் கன்னாரக்குடி சென்றாக வேண்டும். வரும் வழியில் களைப்புத் தீர திருலோக்கியில் உள்ள ஒரு வேப்பமர நிழலில் சிலையை இறக்கி வைத்துவிட்டு இளைப்பாறியிருக்கின்றனர். அப்போது யாரும் எதிர்பாராதபடி ஒரு அதிசயம் நிகழ்ந்ததாம். அந்த அம்மன் சிலை அவ்விடத்தில் பூமிக்குள் மறைந்துவிட்டதாகவும் பிறகு கன்னாரக்குடிப் பறையர்கள் அங்கு வந்து அவ்வப்போது பூஜை செய்து வந்ததாகவும் அதன் பிறகு அங்கு மாரியம்மன் கோயில் கட்டப்பட்டதாகவும் கதை போகிறது. கன்னாரக்குடிப் பறையர்களால் இக்கதை காலந்தோறும் சொல்லப்பட்டுவருகிறது. திருலோக்கி மக்களும் இக்கதையை ஆமோதிக்கின்றனர்.

வருடந்தோறும் திருலோக்கி தீமிதித் திருவிழாவின்போது சாதி இந்துக்களுக்குப் பயந்து கைகளில் காப்பு மட்டும் கட்டிவந்த கன்னாரக்குடிப் பறையர்களில், சுப்பராயன் என்பவரது மகன் நடராஜன் என்பவருக்கு முதல்முறையாக 1995ஆம் ஆண்டு தங்கள் குலதெய்வமான திருலோக்கி மாரியம்மனுக்குத் தீமிதித்துத் தங்கள் பக்தியையும் பற்றையும் வெளிப்படுத்த வேண்டும் என்ற ஆசை துளிர்த்தது. உடனே அந்த வருடம் அவர் திருலோக்கி மாரியம்மன் கோயிலுக்குச் சென்று 'தீ மிதிக்கலாம்' 'மிதிக்கக் கூடாது' என்ற இரண்டு வாசகங்களை இரண்டு தனித்தனிக் காகிதங்களில் எழுதி, அம்மன் அருளுக்காகவும் அனுமதிக்காகவும் வேண்டி சீட்டுக் குலுக்கிப் போட்டார். அதை ஒரு குழந்தையை விட்டு இரண்டில் ஒரு சீட்டினை எடுக்கச் சொல்கிறார்கள். குழந்தை எடுத்த சீட்டில் தீ மிதிக்கலாம் என்று எழுதியிருக்கிறது.

அம்மனின் அனுமதியும் அருளாசியும் கிடைத்ததாகக் கருதிய நடராஜன், கன்னாரக்குடி பிச்சமுத்து மகன் தட்சிணாமூர்த்தி என்ற தனது ஊர்க்காரரோடு இணைந்து, திருலோக்கி மாரியம்மன்

கோவில் திருவிழாவின்போது தீமிதிக்க வேண்டும் என்ற முடிவுக்கு வந்து கைகளில் காப்புக் கட்டிக்கொண்டு மஞ்சள் நிற வேட்டி சகிதமாக ஊரில் வலம்வந்துகொண்டிருந்தார். கன்னாரக்குடிக் குடித்தெருவான வன்னியர் தெருவில் வசிக்கும் மணி என்பவரது மகன் கலியபெருமாள் என்கிற நடராஜன், தட்சிணாமூர்த்தி ஆகிய இருவரும் திருலோக்கி கோவிலில் தீமிதிக்கவிருக்கும் செய்தியைத் தெரிந்துகொண்டு அதைத் திருலோக்கி வன்னியர்களிடத்துத் தெரிவிக்கின்றார். ஊர்விட்டு ஊர்தாண்டி இப்படி காட்டிக் கொடுக்கக் காரணம் அவர் பெண் எடுத்திருப்பது கீழச்சூரியமூலை என்ற கிராமத்தில். இக்கிராமத்து வன்னியர்களும் திருலோக்கி வன்னியர்களும் நெருக்கமாக இருப்பார்கள். திருலோக்கி தீமிதித் திருவிழாவில் கீழச்சூரியமூலை வன்னியர்களும் ஆதிக்கம் செலுத்துவார்கள்.

திருவிழா நாளில் தீமிதிக்கும் பக்தர்கள் நூற்றுக்கணக்கானோர் நான்கு வீதிகளையும் சுற்றிவந்து தீக்குழிக்குள் இறங்குவார்கள். முன்பே திட்டமிட்டபடி திருலோக்கி வன்னியர்கள் கன்னாரக்குடிப் பறையர்கள் நடராஜன், தட்சிணாமூர்த்தி இருவரையும் ஊர்வலத்தின்போதே கூட்டத்திலிருந்து தனிமைப் படுத்திக் கடைசி வரிசையில் வரும்படி தள்ளிக்கொண்டே வருகிறார்கள். நடக்கப் போகும் விளைவு அறியாதவர்கள் பக்திப் பரவசத்தோடு தீக்குழியை நெருங்குகிறார்கள். ஆனால் திருலோக்கி ரெங்கசாமி, ரெங்கநாதன், மகா. செல்வம், சந்திரசேகர் தம்பி கொளஞ்சி, கீழச்சூரியமூலை செல்லாச்சி பீ விசேகர், அவரது தம்பி கணேசன் உட்பட பத்திற்கும் மேற்பட்ட வன்னியச் சாதிவெறிக் கும்பல், மூங்கில் கழிகளைக் கொண்டு இருவரையும் அடித்து மண்டையை உடைக்கிறார்கள். இருவரும் மரண பயத்தில் கத்திக் கூச்சலிடக் கூட்டத்தினர் கலைந்து அங்குமிங்கும் சிதறி ஓடுகிறார்கள்.

அதற்குள் கூட்டத்தில் இருக்கின்ற தலித் இளைஞர்களுக்குக் கன்னாரக்குடிப் பறையர்களைத் தீமிதித்ததற்காகத் திருலோக்கி வன்னியர்கள் அடிக்கிறார்கள் என்ற செய்தி காட்டுத்தீ போலப் பரவுகிறது. அங்கு நுங்கு வெட்டி வியாபாரம் செய்து கொண்டிருந்த தலித் இளைஞர்கள் இருவர் பனநுங்கு வெட்டும் அரிவாளோடு ஓடிவரத் தாக்குதலில் ஈடுபட்ட வன்னியர்கள் சிதறி ஓடுகிறார்கள். பாதுகாப்பிற்கு வந்திருந்த திருப்பனந்தாள் காவலர்களால் கலவரத்தைக் கட்டுப்படுத்த முடியாமல் போக, அடுத்த அரைமணி நேரத்தில் கூடுதலாகக் காவலர்கள் வந்து குவிகிறார்கள், சுதாரித்துக்கொண்ட லோகநாதன், கல்லாத்தூரார், இராமமூர்த்தி, முருகேசன் உட்பட 11 நபர்களைக் கொண்ட விழாக்குழுவினர் பாதிக்கப்பட்ட

தலித்துகள் மீதே புகாரளிக்கிறார்கள். காவலர்கள் கண்ணில் பட்டவர்களையெல்லாம் பிடித்துக்கொண்டு போகிறார்கள். ஊர்க்கலவரமாக இருப்பதால் உடனடியாக நடவடிக்கை எடுக்காது அப்போது திருப்பனந்தாள் காவல் ஆய்வாளராக இருந்த சக்திவேல். அவர் இருதரப்பையும் அழைத்துப் பேச்சு வார்த்தை நடத்திச் சமாதானமாகப் போக அறிவுறுத்துகிறார்.

கன்னாரக்குடி, திருலோக்கி, சிவபுராணி, நெடுந்திடல் தலித்துகள் எல்லாம் ஒன்றுக்கூடித் தீ மிதிக்க உரிமை கோரி, திருப்பனந்தாள் மடாதிபதியிடம் முறையிடுகிறார்கள். தலித்துகள் ஒன்றுகூடி வந்திருப்பதைப் புரிந்துகொண்ட மடாதிபதி இது எங்கள் கோயில், இதில் அனைவரும் தீ மிதிக்கலாம் எனக் கூறியிருக்கிறார். மடாதிபதியும் தலித்துகளுக்கு ஆதரவான நிலைப்பாட்டை எடுக்கிறார். வேறுவழியின்றி, திருவிடைமருதூர் வட்டாட்சியர் பரிந்துரையின் பெயரில் பேச்சுவார்த்தைக்கு ஒத்துழைத்த வன்னியர்களுக்கு அனைத்து கிராமப் பஞ்சாயத்தார்கள் முன்னிலையில் தாக்குதலில் ஈடுபட்டவர்களுக்குத் தலா இரண்டாயிரம் அபராதம் விதிக்கிறார்கள். தவறிழைத்தவர்கள் குற்றத்தை ஒப்புக்கொண்டு அபராதத்தைக் கட்டிவிட்டுச் சமாதான ஒப்பந்தத்தில் கையெழுத்திடுகிறார்கள்.

ஆனால் பிரச்சினை அத்தோடு முடிந்துவிடவில்லை. திருவிடைமருதூர் டி.எஸ்.பி. சாதி ரீதியான வன்கொடுமை நடந்திருப்பதை உறுதிப்படுத்திக்கொண்டு 11 நபர்கள்மீதும் வன்கொடுமைத் தடுப்புச் சட்டத்தில் வழக்கினைப் பதிவு செய்கிறார். பயந்துபோன திருலோக்கி வன்னியர்கள் தலித் முக்கியஸ்தர்களை அணுகி வழக்கிலிருந்து விடுவிக்கக் கெஞ்சுகிறார்கள். வாழ்நாள் முழுக்க இப்படிப்பட்ட தவறுகளை இனிச் செய்ய மாட்டோம் என உறுதியளிக்கத் தலித்துகள் தரப்பில் வழக்கைத் திரும்பப்பெறச் சம்மதிக்கிறார்கள்.

இதற்கிடையில் வழக்கு நீதிமன்றம்வரை சென்று நீதிபதியின் அறிவுறுத்தலோடும் தலித்துகளுக்கான வழிபாட்டுரிமை பாதுகாப்போடும் உறுதிப்பாட்டோடும் வழக்கைத் தள்ளுபடி செய்ததாக இச்சம்பவத்தில் தொடர்புடையவர்கள் தெரிவிக் கின்றனர். கன்னாரக்குடி நடராஜன், தட்சிணாமூர்த்தி தாக்கப்பட்டபோது நேரடிச் சாட்சிகளாகக் காவல்துறையின ரால் அடையாளம் காட்டப்பட்ட மூவர் கன்னாரக்குடியைச் சேர்ந்த துரைமால், கிருஷ்ணமூர்த்தி, செல்வராஜ் இம்மூவரில் துரைமால் என்பவர் என் பெரியம்மாவின் மகன். அன்றைய துயரச் சம்பவத்தை இன்றைக்கும் அதே பரபரப்போடும்

பதற்றத்தோடும் அவர் விவரிக்கிறார். இவ்வழக்கில் தலித்துகள் தரப்பில் வழிபாட்டு உரிமை கோரிப் பிரச்சினையை முன்னெடுத்தவர்கள் கீரங்குடி சாமிதுரை என்ற முன்னாள் மாவட்டக் கவுன்சிலர், சிவபுராணி பாண்டியன், கனகராஜ், நாக. இரவி, தெற்குத் தெரு பெரியார், வெள்ளிமலை, நெடுந்திடல் வீராங்கநாதன், லெட்சுமிக்குடி ஆசிரியர் அன்பழகன், திருலோக்கி வடக்குத்தெரு என்.எல்.சி. பாலு போன்றவர்கள்.

ஆண்டுதோறும் திருலோக்கியில் தீமிதித் திருவிழா வழக்கம்போலவே நடக்கிறது. ஆதிக்கச் சாதி வெறியும் ஆணவமும் புறநிலையைப் பொறுத்தவரை அடியோடு ஒழித்துக் கட்டப்பட்டுவிட்டது. அகத்தில் அவ்வெறி ஆழமாக வேரோடியிருக்கலாம். ஆனால் மீண்டும் ஒருபோதும் திருலோக்கி மண்ணில் சாதி ஆணவம் தலைதூக்க முடியாது. காரணம் அரசியல் விழிப்புணர்வு பெற்றவர்களாக இன்றைய தலித் இளைஞர்கள் மாறியிருக்கிறார்கள். அத்தோடு வன்னியர்களைவிடப் பெரும்பான்மையினராக இந்த மண்ணில் பறையர்களே இருக்கிறார்கள். அவர்களது அச்சத்திற்கு அதுவே முதன்மைக் காரணம்.

காலச்சுவடு பப்ளிகேஷன்ஸ் (பி) லிட்.
Published by Kalachuvadu Publications (Pvt. Ltd.),
669, K.P. Road, Nagercoil 629001, India
Phone: 91-4652-278525
e-mail: publications@kalachuvadu.com

08/2022/S.No. 1090, kcp 3752, 18.6 (1) 9ss